கடல்புரத்தில்

கடல்புரத்தில்

வண்ணநிலவன் (பி. 1949)

1949 டிசம்பர் 15 அன்று திருநெல்வேலியில் பிறந்தார். தந்தை உலகநாதன், தாய் ராமலட்சுமி. வண்ணநிலவனின் இயற்பெயர் ராமச்சந்திரன். *கண்ணதாசன், கணையாழி, அன்னைநாடு, புதுவை குரல், துக்ளக், சுபமங்களா* ஆகிய பத்திரிகைகளில் பணியாற்றியுள்ளார். குறிப்பிடத்தக்க மொழிபெயர்ப்புகளுடன் ஐம்பதுக்கும் மேற்பட்ட கவிதைகள், நூற்றைம்பதுக்கும் மேற்பட்ட சிறுகதைகள், ஏழு நாவல்கள், முந்நூற்றுக்கும் மேல் கட்டுரைகள் என எழுதியுள்ளார்.

'கடல்புரத்தில்' நாவலுக்காக இலக்கியச் சிந்தனை விருது, 'தர்மம்' சிறுகதைத் தொகுப்புக்காகத் தமிழக அரசு விருது ஆகியவற்றுடன் புதுதில்லி ராமகிருஷ்ண ஜெய் தயாள் மனிதநேய விருது, 'சாரல்' இலக்கிய விருது, எஸ்.ஆர்.வி. தமிழ் இலக்கிய விருது, வாலி விருது, 'விஜயா' வாசகர் வட்டத்தின் ஜெயகாந்தன் விருது, உலகத் தமிழ்ப் பண்பாட்டு மைய விருது, கோவை கொடீஸியா வாழ்நாள் சாதனையாளர் விருது, அமெரிக்கா வாழ்தமிழர்கள் வழங்கும் புதுமைப்பித்தன் நினைவு விளக்கு விருது ஆகியவற்றைப் பெற்றுள்ளார். 'அவள் அப்படித்தான்' திரைப்பட வசனகர்த்தாக்களுள் ஒருவர். 'கடல்புரத்தில்' தூர்தர்ஷனில் பதின்மூன்று வாரத் தொடராக ஒளிபரப்பானது. வண்ணநிலவனின் மனைவி பெயர் சுப்புலட்சுமி. இவர்களுக்கு இரண்டு மகள்களும் ஒரு மகனும் உள்ளனர். தற்போது சென்னையில் வசித்துவருகிறார்.

- அன்பார்ந்த வாசகருக்கு,

வணக்கம்.

காலச்சுவடு நூலை வாங்கியமைக்கு நன்றி.

நூலின் உள்ளடக்கம், உருவாக்கம், அட்டைப்படம் இன்ன பிற அம்சங்கள் பற்றிய உங்கள் கருத்துகளையும் ஆலோசனைகளையும் காலச்சுவடு வரவேற்கிறது. தகவல், எழுத்து, வாக்கியப் பிழைகள் தென்பட்டால் அவசியம் தெரிவித்து உதவுங்கள். நூல் தயாரிப்பில் கடும் குறைபாடு இருப்பின் மாற்றுப் பிரதி உங்களுக்குக் கிடைக்கக் காலச்சுவடு ஏற்பாடு செய்யும்.

மின்னஞ்சல்: **publisher@kalachuvadu.com**

காலச்சுவடு நாகர்கோவில் அலுவலகத்திற்குக் கடிதம் அனுப்பலாம்.

தங்கள்
எஸ்.ஆர். சுந்தரம் (கண்ணன்)
பதிப்பாளர் — நிர்வாக இயக்குநர்

Unauthorised use of the contents of this published book, whether in e-book or hardcopy format, for any type of Artificial Intelligence (AI) training — including but not limited to Machine Learning, Deep Learning, Natural Language Processing, Computer Vision, Chatbot Training, Image Recognition Systems, Recommendation Engines, and Language Models — is strictly prohibited without prior licensing from the publisher. Any such unauthorised use may result in legal action.

வண்ணநிலவன்

கடல்புரத்தில்

காலச்சுவடு பதிப்பகம்

கடல்புரத்தில் ❖ நாவல் ❖ ஆசிரியர்: வண்ணநிலவன் ❖ © ராமசந்திரன் ❖ முதல் பதிப்பு: 1977 ❖ காலச்சுவடு முதல் பதிப்பு: ஜனவரி 2019, ஏழாம் பதிப்பு: ஜூலை 2025 ❖ வெளியீடு: காலச்சுவடு பப்ளிகேஷன்ஸ் (பி) லிட்., 669, கே.பி. சாலை, நாகர்கோவில் 629001

kaTalpurattil ❖ Novel ❖ Author: Vannanilavan ❖ © Ramachandran ❖ Language: Tamil ❖ First Edition: 1977 ❖ Kalachuvadu First Edition: January 2019, Seventh Edition: July 2025 ❖ Size: Demi 1 x 8 ❖ Paper: 18.6 kg maplitho ❖ Pages: 128

Published by Kalachuvadu Publications Pvt. Ltd., 669 K.P. Road, Nagercoil 629001, India ❖ Phone: 91-4652-278525 ❖ e-mail: publications@kalachuvadu.com ❖ Printed at Mani Offset, Chennai 600077

ISBN: 978-93-88631-20-4

07/2025/S.No. 888, kcp 5884, 18.6 (7) 9ss

முன்னுரை

அன்பின் வழியது உயிர் நிழல்

இந்தக் கதையில் வருகிற மணப்பாட்டு ஊர்க்காரர்களை நினைத்தால் வெகு வியப்பாக இருக்கிறது. மனத்தில் அன்பிருந்தால் பேசுகிற சொற்கள் மந்திரம்போலாகும். மணப்பாட்டு ஜனங்கள் பேசுகிறது தேவபாஷையாகத்தான் எனக்குப் படுகிறது. கொலை செய்தார்கள்; ஸ்நேகிதனையே வஞ்சித்தார்கள்; மனைவி, புருஷனுக்குத் துரோகம் நினைத்தாள். சண்டையும் நடந்தது. ஆனாலும், எல்லோரிடமும் பிரியமாக இருக்கவும் தெரிந்திருக்கிறது அவர்களுக்கு.

வண்ணநிலவன்

○

வண்ணநிலவன் தீவிரத்தோடு எழுதத் தொடங்கிய எழுபதுகளில் ஏற்கெனவே பலர் தங்கள் அடையாளத்தைத் தமிழ் இலக்கியத்தளத்தில் ஆழமாகப் பதித்திருந்தனர். போலவே, வண்ணநிலவனின் சமகாலப் படைப்பாளிகளில் கணிசமானவர்களும் முக்கியத்துவம் பெற்றிருந்தார்கள். மொழி, கதைக்களம், வடிவம், எடுத்துரைக்கும் விதம், கதைசொல்லும் உத்தி என ஒவ்வொருவரும் தங்கள் பாணியை உருவாக்கியிருநதனர். தனித்த அடையாளமே ஒரு படைப்பை அல்லது கலைஞனைக் காலத்தில் நிலைத் திருக்கச்செய்கிறது. அதற்கான விஷேச இடத்தைப் பெற்றுத்தருகிறது. ஒரு கலைஞனின் பயணங்கள் தனக்கான தனித்துவத்தை நோக்கியதாகவே இருக்கின்றன. அப்படியாக, தன் பாதை இதுதான் என்று தீர்மானித்ததைப் போல வண்ணநிலவனும்

தொடக்ககாலத்திலேயே தனது அடையாளத்துக்கு அடித்தளமிட்டிருக்கிறார். பிற்காலத்தில் வண்ணநிலவனின் அடையாளமாகப் பார்க்கப்பட்ட அம்சங்களெல்லாம் அவரது முதல் கதையிலிருந்தே துலக்கம் பெற்றிருக்கின்றன.

யதார்த்தவாதக் கதைசொல்லல் முறையைக் கொண்ட படைப்பு மொழி, கதைசொல்லியின் குரலைக் கதாபாத்திரங்களின் உணர்ச்சிகளை அல்லது எண்ண ஓட்டங்களைச் சொல்வதற்கு மட்டுமே உயர்த்த அனுமதிப்பது, வறுமையின் கோரப்பிடியில் பிதுங்கிக்கொண்டிருக்கும் வாழ்க்கை நெருக்கடியையும் குடும்ப உறவுகளைக் கடுமையாகப் பாதிக்கும் பொருளாதாரச் சிக்கலையும் வறுமைக்கு வித்திட்ட சமூகப் பின்னணியையும் அரசியல் சூழலையும் களமாகக் கொண்டிருப்பது, மிகக் கோரமான வாழ்க்கைச் சூழலுக்கிடையே துளிர்க்கும் அன்பைச் சொல்வது, கதாபாத்திரங்கள் அறியாத அந்த அன்பின் தடங்களைத் துலக்கமாக வாசகனுக்குக் காட்டுவது என வண்ணநிலவன் தனது பாணியை உருவாக்குகிறார். வண்ணநிலவனின் தனித்துவமான அந்த அடையாளத்தில் நிலைகொண்ட எழுத்துகளெல்லாம் இன்றும் உயிர்ப்போடு மிளிர்கின்றன.

இந்த அடையாளங்களையெல்லாம் தவிர்த்து இன்றைய தேதியில் 'கடல்புரத்தில்' நாவல் தன் பொலிவை அப்படியே தக்கவைத்துக்கொண்டிருப்பதற்கு இரண்டு காரணங்கள் இருப்பதாக எனக்குப் படுகிறது.

ஒன்று, பொருளாதார பேதம். அதைத் தலைமுறைகளின் முரண்பாடுகளின் வழியே இந்த நாவலில் முன்வைக்கிறார் வண்ணநிலவன். ஒரே இனத்துக்குள், ஒரே குலத்துக்குள், ஒரே குடும்ப வாரிசுகளுக்குள் பிணைப்போடு இருப்பவர்களும்கூட தன்னைவிட அந்தஸ்தில் உயர்ந்திருப்பவர்களிடமிருந்து விலகி நின்றுகொள்கிறார்கள். சம அந்தஸ்தோடு இருப்பவர்களுடன் பழகுவதைப் போன்ற உயிர்ப்பான உறவுகளைப் பொருளாதார பேதம் அபகரித்துவிடுகிறது. ஒரு கிராமம் தன்னைக் கட்டமைத்துக்கொள்ளும்போது அது தனது உறவுச்சங்கிலியோடு பிணைத்துக்கொள்வது பொருளாதாரத்தை அடிப்படையாகக் கொண்டும் சாத்தியமாகிறது. இந்தப் பொருளாதாரச் சிக்கல்களுக்குக் காலமும் ஒருவிதத்தில் காரணமாகிறது என்பதால் தலைமுறை இடைவெளியில் என்னென்னவோ நேர்ந்து விடுகின்றன. ஒரு தலைமுறைக்கு இன்னொரு தலைமுறைமீது புகார்கள் இருந்துகொண்டேயிருக்கின்றன. கால இடைவெளியில் அந்தப் புகார்களுக்கான காரணங்கள் வேறாக இருக்கலாமே

தவிர அடிப்படையில் அதன் வேர் ஒன்றுதான். அந்த வேர் இறுகப் பற்றியிருக்கும்வரை எல்லா காலங்களுக்கும் தனது கிளைகளைப் பரப்பிக்கொண்டேயிருக்கும்.

இரண்டாவது, ஒவ்வொருவரிடமும் ஒவ்வொரு விதமாக நடந்துகொள்ளும் விதவிதமான மனித மனங்களின் வெவ்வேறு வண்ணங்களைக் கோடிக்காட்டும் அம்சம். அதிகபட்சமாகக் கரைக்குக் கேட்கும் தொலைவிலிருந்து யாராவது குரல்கொடுக்க லாம் என்பதைத் தவிர கதாபாத்திரங்களின் உரையாடலெல்லாம் கடற்கரையைத் தாண்டி கடலுக்குள் நிகழ்வதில்லை. ஆக, நெய்தல் நிலத்தை ஒரு புறக்காரணியாகக் கொண்டு அகத்தைப் பேசுகிறது எனும் வகையில் மணப்பாட்டு வாசம், தொழில், சாதி என என்ன மாறினாலும் அது இப்போதும் பொருந்திப்போவதாக இருக்கிறது.

இந்நாவலின் மாந்தர்களெல்லாம் ஒருவிதக் கொந்தளிப்பான மனநிலையிலேயே இருக்கிறார்கள். குடும்ப உறவுகளுக்குள்ளாக, காதல் மனங்களுக்கிடையேகூட இணக்கமற்றதன்மை நிலவுகிறது. ஆதார குணமான மூர்க்கத்தையே இந்நாவல் பிரதானமாகப் பேசுகிறது. உலகம் முழுவதையும் மனிதம் எனும் ஒரே குடையின்கீழ் கொண்டுவர நினைப்பதெல்லாம் ஒருபோதும் பலித்துவிடாத பகல்கனவுகளாகத்தான் இருக்க முடியும் இல்லையா? எதிர்மறையான தொனியைக் கொண்டிருக்கும் இந்த வரியின் அடிநாதமாக ஒரு உண்மைத்தன்மையும் இருக்கத்தான் செய்கிறது. நாடு, மாநிலம், ஊர், தெரு என்று பிரிவினையை விதைக்கும் பிளவுகளுக்குள் குடும்பம் எனும் ரத்தபந்தங்களும்கூட வீழ்ந்துவிடத்தான் செய்கின்றன. அடிப்படையில் மனித மனம் விசித்திரமானது. சுயநலமிக்கது. சுதந்திரம் விரும்புவது. ஆனாலும் கோபம், வெறுப்பு, வன்மம், துரோகம், காழ்ப்பு போன்றவற்றுக் கிடையே வாழ்க்கையைப் பிடிப்போடு முன்னகர்த்திச்செல்ல ஒரு அற்புத வஸ்து இருக்கத்தான் செய்கிறது. கோரமான குணங்களுக்கிடையேயும் ஏழ்மையின் கசப்புகளுக்கிடையேயும் குடும்பம் என்ற உறவுக்குள் ஆண், பெண் மனங்கள் முரண்களால் முட்டிமோதிக்கொள்வதற்கிடையேயும் வறுமையின் கோரப்பிடியில் மனம் கருகி மாய்ந்துபோகத் துடிப்பதற்கிடையேயும் சிறு நம்பிக்கையாக மனதை உய்விப்பதாக அன்பு எனும் அற்புத வஸ்து மானுட ஜீவன்களை இயக்கிக்கொண்டிருக்கிறது.

‘கடல்புரத்தில்’ நாவல் எழுதிய அதே காலகட்டத்தில் வண்ணநிலவன் எழுதிய சிறுகதைகளில் இந்த அன்புக்கு மிகுந்த முக்கியத்துவம் தரப்பட்டிருக்கிறது. அதைச் சொல்வதற்காகவே எழுதப்பட்டதைப்போல. ‘மயான காண்டம்’ செல்லையா

பண்டிதனும் செல்லம்மாவும் கடும் பட்டினியில் விளைந்த மூர்க்கத்தோடு சண்டையிட்ட பிறகு அழுதுகொண்டிருக்கும் செல்லம்மாவை ஆற்றுப்படுத்த, 'இப்பம் என்னளா நடந்துபோச்சு?' எனும் செல்லையாவின் வார்த்தைகள் போதுமானதாக இருக்கிறது. குழந்தைக்குப் பால் வாங்கித்தரக்கூட வழியில்லாமல் பெரும் துயரத்தோடு 'அயோத்தி' சந்திரா அழும்போது ஆதுரமாகத் தன் கணவனின் தோள்களில் அவளால் சாய்ந்துகொள்ள முடிகிறது. சந்திராவுக்காக அவளின் ஆசை அத்தான் வீட்டுக்குப் போவோம் என்று அவனால் சொல்ல முடிகிறது. மிக மோசமான ஒரு சூழலுக்கிடையில் 'சாரதா'வுக்காக வரிந்துபேச முகம் தெரியாத அழகம்மை இருக்கிறாள். 'விமோசனம்' ராதாவுக்கு சோமு திருந்தப்போவதில்லை என்று உறுதியாகத் தெரிந்தாலும் சோமுவின் மது கலந்த வார்த்தைகளும் பொய்ச் சத்தியமும் அவளுக்கு அன்றைய இரவைக் கடப்பதற்கான நம்பிக்கையைத் தருகின்றன. 'பலாப்பழம்' செல்லப் பாப்பாவிடம் கையறுநிலையில் கோபித்துக்கொள்ளும் சீனிவாசன், வீட்டைவிட்டு வெளியே சென்று ஒன்றுமில்லாமல் வீடு திரும்பும்போது அவனுக்காக அவளால் பக்கத்து வீட்டுப் பலாப்பழத்தைப் பத்திரப்படுத்திவைக்க முடிகிறது. 'காரை வீடு' பெரியபிள்ளைக்கு அவனது இறந்துபோன மனைவி உலகம்மாள்போல மருமகள் சுப்புலெட்சுமியால் அன்பு காட்ட முடிகிறது. வறுமையில் வீட்டை விற்க நேரும் பெரியபிள்ளைக்குப் பைத்தியம் பிடிக்கும் அளவுக்கு அந்தப் புராதன வீடு அவனது பிடிப்பாக இருக்கிறது. 'மனைவி' நெல்லையப்பன் தன் பிள்ளையின் உடல்நோவுக்காக நண்பனிடம் கையேந்தும் பொருட்டுத் தன் மனைவி சிவகாமியிடம் இங்கிதமாக நடந்துகொள்ளும் அவன் நண்பனைப் சகித்துக்கொள்ள முடிகிறது. 'எஸ்தர்' சித்திக்கு அடங்கிப்போகாதவர்கள் யாரேனும் உண்டா? 'கரையும் உருவங்கள்' அக்கா எல்லோருக்கும் ஏதோ ஒரு வடிவில் இருப்பாள் இல்லையா? 'வெளிச்சம்' மனைவிக்கு தன் கணவன் மிக விரும்பும் புஸ்தகம், சினிமா என்ற உலகத்தைக் கொஞ்சம்கூடத் தெரிந்திராவிட்டாலும் அவளிடம் அற்புதமான அன்பு இருந்தது. பொய்யில்லாத அன்பு.

வண்ணநிலவனின் எழுத்துகளில் இழையோடும் உணர்வுகள் இப்போது நாற்பது ஆண்டுகள் கழித்தும் அப்படியேதான் இருக்கின்றன. இன்னும் எத்தனை காலம் கடந்தாலும் அவை அப்படியேதான் இருக்க முடியும்!

❍

சொற்பமான காலகட்டத்துக்குள் நிகழும் ஒரு குடும்பத்தின் கதையைச் சொல்லி அந்தக் குடும்பத்தோடு தொடர்புடைய

குடும்பங்களின் கதையாக விரிந்து ஒரு சமூகத்தின் கதையாக உருக்கொள்கிறது ‘கடல்புரத்தில்’. நாவலின் நோக்கம் அகவுலகுக்குள் பயணிப்பதாக இருப்பதால் புறம் சார்ந்த அம்சங்களால் உருவாகும் பிரச்சினைகள்கூட மனிதகுலத்துக்குப் பொதுவானவையாகவே இருக்கின்றன. எனவே, ‘கடல்புரத்தில்’ நாவலை நெய்தல் நிலத்தின் கதையாகவோ நாவலில் உலவும் கதாபாத்திரங்களை மீனவச் சமுதாயத்தைச் சேர்ந்தவர்களாகவோ மட்டுமே சொல்லிவிட முடியாது. “எனது ‘கரைந்த நிழல்கள்’ நாவலில் அந்த ஸ்டூடியோவும் சினிமாவும் அவ்வளவு முக்கியமல்ல. இது மனிதர்களைப் பற்றியது. ஓர் அந்தரங்கத்தோடு ஓர் உரிமையோடு எழுதப்பட்டது என்பதுதான் முக்கியம். பிற்காலத்தில் இது ஒரு நல்ல நாவல் என்றில்லாமல் இது ஒரு சினிமா துறையைப் பற்றிய நல்ல நாவல் என்று கூறப்படுமானால் நான் தோல்வியடைந்தவனாவேன்” என்று அசோகமித்திரன் சொன்னது ‘கடல்புரத்தில்’ நாவலுக்கும் பொருந்தும். ஓர் அந்தரங்கத்தோடு ஓர் உரிமையோடு மனிதர்களைப் பற்றி எழுதப்பட்ட நாவல்தான் இது.

“அப்பம் நீர் என்னைய ஏன் படிக்க வச்சீர்? ஓம்மப்போல மீன் பிடிக்க வல்லங் கெட்டிக்கிட்டு கடலுக்குப் போயிருப்பேனே. ஏன் நீரு என்னைய படிக்க வச்சீரு.”

தலைமுறை இடைவெளியில் மாற்றம் கண்டிருக்கும் செபஸ்தி தன் அப்பச்சி குரூஸ் மிக்கேலிடம் வாயாடிக்கொண்டிருக்கும் இந்த வரிகளோடு தொடங்குகிறது நாவல். செபஸ்திக்குத் தன் அப்பச்சியின் பாரம்பரியமான வீட்டையும் தொழிலையும் விட்டுவிட வேண்டும். செபஸ்திக்கும் குரூஸ் மிக்கேலுக்குமான சம்பாஷணைகளை அமைதியாகக் கேட்டுக்கொண்டிருக்கிறாள் பிலோமிக்குட்டி. தன் காதலன் சாமிதாஸின் வருகைக்காகக் காத்துக்கொண்டுமிருக்கிறாள். அம்மைக்கும் தன் மகனோடு போய்விட ஆசைதான். இந்த ஆசையைப் பிலோமிக்குட்டி பகிரங்கப்படுத்தவும் பிலோமியைக் கண்டபடி சாடுகிறாள் மரியம்மை. சாமிதாஸோடு பிலோமியைத் தொடர்புப்படுத்தி கடும் வார்த்தைகளால் திட்டி அவள் மயிரைப் பிடித்து சுவரோடு ஓங்கி அறையும் அளவுக்கு மூர்க்கம் கொள்கிறாள். இந்த அம்மை எப்போதும் இப்படித்தான். பிலோமிக்காக அன்பான வார்த்தைகள் ஏதும் மரியம்மையிடம் இருந்ததில்லை. வீடு இறுக்கத்துடனும் மனப்புழுக்கத்துடனும் இருக்கிறது. முதல் அத்தியாயத்தில் செபஸ்தி, குரூஸ் மிக்கேல், மரியம்மை, பிலோமிக்குட்டி நால்வரின் மனப்போராட்டத்துக்கு நடுவே வண்ணநிலவன் உருவாக்கும் இறுக்கமான மனநிலை நாவலின் இறுதிவரை தொடர்கிறது.

செபஸ்தியும் குரூஸ் மிக்கேலும் பகையாளிபோல ஒதுங்கிப் போகிறார்கள். குரூஸ் மிக்கேலுக்குத் தன் பாட்டனார் காலத்து வல்லம் மீதும் தன் தொழில் மீதும் தீராத காதல். செபஸ்திக்கு இதெல்லாம் ஒரு பொருட்டே அல்ல. பக்கத்து வீட்டு ஐசக் அவனது பரிதாபத்துக்குரிய அப்பாவி மனைவி கேத்தரினை வாய்க்குவந்தபடி பேசி நையப்புடைக்கிறான். சிலுவைக்கு இரண்டும் பெண் பிள்ளைகள். அவன் மனைவி இன்னாசியோ எப்போதும் குடிசையின் இருளான மூலையில் எலும்பும் தோலுமாக வெகுகாலமாக முடங்கிக்கிடக்கும் நோய்க்காரி. வல்லத்திலிருந்து லாஞ்சிக்கு மாறிய இன்னொரு தலைமுறையால் வல்லத்துக்காரர்களுக்கும் லாஞ்சிக்காரர்களுக்கும் இடையே தொடர்ந்து மோதல்கள் நடக்கின்றன. இப்படி நாவலின் பெரும்பாலான பக்கங்கள் கோபம், வெறுப்பு, சோகம், அழுகை, வன்மம், துரோகம், இச்சை என மனித மனங்களுக்கு ஒவ்வாதவைகளாலேயே நிரம்பியிருக்கின்றன.

கடலை நம்பி ஒவ்வொரு நாளையும் கடத்தும் மீனவக் குடும்பங்களின் வாழ்க்கையிலுள்ள எல்லா சோகங்களுக்கும் வன்முறைகளுக்கும் கீழ்மைகளுக்கும் இடையில் தங்கள் வாழ்க்கையைப் பற்றிக்கொள்ள ஏதோ ஒன்று இருக்கிறது. நாவலில் வலம்வரும் ஒவ்வொரு பாத்திரத்துக்கும் ஏதோ ஒன்றிடமாவது பிரியமாக இருக்கத் தெரிந்திருக்கிறது.

துயரம் நிரம்பிய பிலோமிக்குத் தன் இருளார்ந்த வாழ்வைக் கடப்பதற்கான சிறு வெளிச்சத்தை அவ்வப்போது யாரோ கொடுத்து விடுகிறார்கள். அந்த வெளிச்சத்தின் ஆயுள் சொற்பமானதாகக்கூட இருக்கலாம். அந்த சொற்ப நொடிகளைக் கொண்டு அவளால் மேலெழுந்துவிட முடிகிறது. பிலோமி அழுதால் அண்ணன் செபஸ்தியால் தாங்க முடிவதில்லை. அவனுடைய அருமையான பிலோமி அவள். அவள் சேலை முந்தானையை எடுத்து அவள் கண்களை அவன் துடைத்துவிடுவான். அவளுடைய தலையை ஆதுரமாகத் தடவித்தருவான். 'என் அம்மாயில்லா அழுவக் கூடாது' என்பான். அவள் மனதில் அவ்வளவு போராட்டங்கள் இருந்தாலும் தரகனார் மாமாவோடு கொஞ்ச நேரம் பேசினால் பிலோமியால் நிம்மதியடைய முடிகிறது. அவள் தோழி ரஞ்சியின் மடியில் தலைவைத்துப் படுத்தால் போதும்! மரியம்மைக்கு அவளது பிரியமான வாத்தி இருக்கிறார். முரட்டு ஆசாமியாக வலம்வரும் ஐசக் தன் லாஞ்சி கைவிட்டுப்போன பின்பாகப் பைத்தியம் பிடித்துத் திரியும் அளவுக்கு அதன்மீது பிரியம் வைத்திருக்கிறான். மரியம்மையை வெறுக்கும், அவளைக் கண்டு உள்ளூர பயப்படும் குரூஸ் மிக்கேல் அவளின் இறப்புக்குப் பின்பாக, தன் உயிரினும் மேலான வல்லத்தை விற்றுவிடத்

துணிகிறான். வல்லத்தையும் வீட்டையும்விட மரியம்மையின் இருப்புதானே அவனுக்குப் பிடிப்பைக் கொடுத்திருக்கிறது?

இயல்பாகவே நெருக்கமான உறவுகளுக்குள்கூட கோபத்தையும் வெறுப்பையும் காட்டுவது வெளிப்படையானதாக, பொதுவெளியில் நிகழ்த்தப்படக்கூடியதாக இருக்கிறது. ஆனால், மேன்மையான அன்பையும் மன்னிப்பையும் பகிர்ந்துகொள்வதற்கு அந்தரங்கமான ஒரு சூழல் தேவைப்படுகிறது. அங்கேயும்கூட எளிய மனங்கள் வார்த்தைகளைக் கைவிட்டுவிடுகின்றன. வண்ணநிலவன் இந்த யதார்த்தத்தை உள்ளபடி முன்வைக்கிறார். அது வண்ணநிலவன் பாணியிலான கலை அம்சம் கூடிய யதார்த்தம். வறுமையின் கோரப்பிடியில் சிக்கித் தவிக்கும் மனங்களுக்குப் பற்றுதலாக இருக்கும் சக இருதயத்தின் ஈரம் மிக்க பகுதியைக் கோடிக்காட்டும் அரிய வகை எழுத்து வண்ணநிலவனுடையது. அந்த எழுத்துக்கு வாசகரின் அதே ஈரம் மிக்க பகுதியைத் தொட்டுவிடக்கூடிய வல்லமையுமுண்டு. வண்ணநிலவன் உருவாக்கும் கதாபாத்திரங்கள், 'உன் மீது நான் அன்போடு இருக்கிறேன் பார்' என்று சொல்லிக்கொண்டிருப்பதில்லை. 'உன் அன்பை நான் புரிந்துகொண்டேன்' என்று மறுமொழி தருவதும் இல்லை. இரு மனங்களுக்கிடையே நடைபெறும் மௌனமான உரையாடல் அது. அந்த மௌனத்தை வண்ணநிலவனால் பிரமாதமாக மொழிபெயர்த்துவிட முடியும்!

சென்னை,   த. ராஜன்
05-12-2018

இந்தக் கதையைப் பற்றி...

சொல்லுகிறதுக்கு எவ்வளவோ இருக்கிறது. ஓரத்தில் ஒதுங்கி நின்று எல்லாவற்றையும் வேடிக்கை பார்த்துப்பார்த்து இன்னும் அலுக்கவில்லை. எல்லோரையும் போலத்தான், 'இந்த வாழ்க்கை யில் ஏதோ இருக்கிறது' என்று தேடிப் போய்க்கொண் டிருக்கிறேன். நான் எழுதவென்று ஆரம்பித்து, 'இவனும் ஏதோ சொல்லுகிறானே' என்ற ஒரு நிலையும் ஏற்பட்டுப் போயிருக்கிறது.

எல்லாம் பெரிய விஷயங்கள்தான். எல்லோரும் உயர்வானவர்கள்தான். மனிதர்களுக்கு அன்பு என்கிற பெரிய வஸ்து அளிக்கப்பட்டிருக்கிறது. மனிதனை நெருங்குகிறதுக்கு எவ்விதத் தடையு மில்லை. எவ்வளவோ இழந்தாலும் பெறுகிறதுக்கும் ஏதாவது இருந்துகொண்டேதான் இருக்கிறதென்று நினைக்கிறேன். ஸ்ரீ சுந்தர ராமசாமி சொன்னது மாதிரி 'எதையாவது இழந்துதான் எதையாவது பெறுகிறோம்' என்பது திரும்பத்திரும்ப நிரூபிக்கப்படுகிறது.

நானும் எழுதுகிறவர்களில் ஒருத்தனென்று ஆகிப்போனதால் இலக்கியத்தைப்பற்றி மனம் விட்டுப் பேசுகிறேன்.

கலை, மனம் சம்பந்தப்பட்டது; ரசனை பூர்வமானது. உண்மையோடு நெருங்கிய சம்பந்த முள்ளது. நல்ல கலைஞன் ஜனங்களிடம் பொய் சொல்லமாட்டான். கலைக்குப் பொய் ஆகாது.

இந்தக் கதையைப் பற்றி நான் சொல்ல வேணுமே?

இந்தக் கதையில் வருகிற மணப்பாட்டு ஊர்க்காரர்களை நினைத்தால் வெகு வியப்பாக இருக்கிறது. மனத்தில் அன்பிருந்தால் பேசுகிற சொற்கள் மந்திரம் போலாகும். மணப்பாட்டு ஜனங்கள் பேசுகிறது தேவபாஷையாகத்தான் எனக்குப் படுகிறது. கொலை செய்தார்கள். ஸ்நேகிதனை வஞ்சித்தார்கள். மனைவி புருஷனுக்குத் துரோகம் நினைத்தாள். சண்டையும் நடந்தது. ஆனாலும் எல்லோரிடமும் பிரியமாக இருக்கவும் தெரிந்திருந்தது அவர்களுக்கு.

மனம் உய்ய வேண்டும், இதற்குத்தான் இலக்கியம் உதவும்; மனசை உய்விக்கிற இலக்கியத்தை, எப்போதாவது 'அன்பு வழி'யைப் போன்ற ஒரு நாவலை எழுதிவிட முடியுமென்று நினைத்துத்தான் எழுதப்போகிறேன்.

இந்நாவலுக்கு முதல் ரசிக நண்பர்கள் கல்யாணியும் (வண்ணதாசன்) நம்பிராஜனுமாவர்.

கணையாழி பத்திரிகையில் இது தொடராக வெளிவந்தது. அதன் ஆசிரியர் ஸ்ரீ கி. கஸ்தூரிரங்கனுக்கும் இந்த நாவலை என்னிடமிருந்து டெல்லிக்கு எடுத்துச்சென்ற நண்பர் ஸ்ரீ இந்திரா பார்த்தசாரதி அவர்களுக்கும் என்னுடைய நன்றி உரியது.

எப்பொழுதும் தமிழ் வாசகர்கள் எல்லோருமே எனக்குச் சம்பந்தமுள்ளவர்கள்தான்.

சென்னை,
31–1–1977

உங்களுடைய
வண்ணநிலவன்

கடல்புரத்தில்

"அப்பம் நீர் என்னைய ஏன் படிக்க வச்சீர்? ஒம்மப்போல மீன் புடிக்க வல்லங் கெட்டிக்கிட்டு கடலுக்குப் போயிருப்பேனே. ஏன் நீரு என்னையப் படிக்க வச்சீரு..."

செபஸ்தியானுக்கு அவனுடைய அப்பச்சி முன்னால் இருந்து பேசத் தைரியம் கிடையாது. அவனுடைய அப்பச்சி காயப் போட்டுக் கட்டி வச்சிருந்த வலையின் மேலே உட்கார்ந்திருந்தான். அவன் – செபஸ்தி – உள்ளே நடை வாசல்படியில் உட்கார்ந்துகொண்டுதான் அவனிடம் அப்படி கேட்டான். வீட்டு முன் முற்றத்தில் மணலில் காயப் போட்டிருந்த நெத்திலிகளைக் கிண்டிவிட்டுக் கொண்டிருந்தாள் பிலோமி. பிலோமியினுடைய காதுகள் அண்ணனும் அப்பச்சியும் வாயாடுகிறதைக் கேட்டுக்கொண்டிருந்தாலும் கண்கள் தூரத்தில் தெரு இறக்கத்தை மேய்ந்துகொண்டிருந்தன. சாமிதாஸ் வரவில்லை. அவளுக்கு அன்றைக்கு சாமிதாஸிடம் சொல்லுகிறதுக்கு நிறையச் சங்கதிகள் மனசில் கிடந்தன. காய்ந்துகொண்டிருந்த நெத்திலி வாடை அடிக்கடி காற்றில் வீட்டின் உள்வரை பரவியது.

செபஸ்தியுடைய அப்பச்சி குரூஸ்மிக்கேல் கொஞ்ச நேரம் செபஸ்திக்குப் பதிலே சொல்லவில்லை. மேலே வானத்தில் நீர்க் காக்கைகளும் கழுகுகளும் பறந்துகொண்டிருந்ததையே வெறிக்கப் பார்த்திருந்து

விட்டுக் கன்னத்தைச் சொறிந்துகொண்டான். கடல் இரைச்சல் ‘சோ’வென்று மழை பெய்கிறது மாதிரி கேட்டுக்கொண்டிருந்தது. அந்தச் சத்தத்திலேதான் பிறந்தார்கள். வளர்ந்தார்கள். செத்துப் போனார்கள். கடல் அம்மை அவர்கள் வழிபடுகிற மரியாளுக்கும் சேசுவுக்கும் சமம். இதை மாற்றச் சொல்லுகிறான் செபஸ்தி.

“அலேய்... ஒன்னயப் படிக்க வக்யணும்னு ஆசைப்பட்டேன். அதத்தான் செஞ்சேன் ... இப்ப அதுக்கு என்ன செய்யச் சொல்லுதா? ... ஏட்டீ பிலோமி, மேல நீர்க்காகங்கள் வட்டம் போடுது தெரியலை? மெத்தனமா இருந்தீயன்னா ... அந்தப் பழய வலையத் தூக்கி அந்தாப்பல மேலே போடுட்டீ ...”

“அப்பச்சி ... ஒம்ம ஆசயெல்லாஞ் சரிதான். அதாலதான் நா இப்பம் வேப்பங்காட்ல வாத்தியா இருக்கேன் ... இல்லைன்னா ஒம்மகூட வல்லத்து மேலதான் போயிட்டிருப்பேன் ...”

“அலேய்... என்னலே வல்லத்து மேல போறத எளப்பமாப் பேசுதா? நீரு வாத்தியா படிப்பிச்சுக் கொடுக்கீருன்னா அது இந்த மச்சங்கள் கொடுத்த வாழ்வில்லையோ? வல்லத்துல போறவனுகளை என்னம்மோ பொன்னஞ் சட்டிகள்ன மாதிரி நெனக்கியே ... அடேய் அவிசுவாசி, கடல் அம்ம மடியில் பொறந்துட்டு அவள ஒதக்ய மாதிரி அது என்னலேய் ராங்கித்தனம்.”

“அடாடா ... இது என்ன ரெண்டு நாளாய் இந்த வூட்ல இதேய் ரோதனயாக் கெடக்கு. லே, செபஸ்தி அவருக்குத்தான் அங்க வேப்பங்காட்டுக்கு வர இஸ்டம் இல்லன்னா வுடம்லே. உனக்க அக்கா அமலோற்பவமும் அவளுக்க மாப்புள்ள பூச்சிக்காட்டானும் கூப்பிட்டதுக்கே அவரு போவலை ... வரலைன்னு அடம் பிடிக்யவரை யாருதான் என்ன பண்ண முடியும்லேய்?”

“டீ ... பிசாசு மவளே ... போட்டீ ... உள்ள வந்திட்டா பெரிய்ய இதும் மயிரா பேசதுக்கு. வேணும்னா நீ உனக்க மவன் வூட்டுக்கும் மக வூட்டுக்கும் போ ... அந்தா அந்த ஓடுகாலி பிலோமிக் குட்டியையும் கூட்டிட்டுன்னாலும் போ. என்னம்போ பெரிய உறுத்து வந்திட்டது போல் மவன் கூப்பிட்டுட்டான்னு ஒரேயடியாத்தான் பொளந்துக்கிட்டு நிக்யா? இங்க பறையக்குடியில் மவன் வூட்டுக்கும், மவ வூட்டுக்கும் போயி செப்பெடுத்துக்கிட்டு வந்தவனுக ரொம்பப் பேர இந்த குரூஸ் அடியானுக்கும் தெரியும்ட்டீ. போடீ, போ ... போக்கத்தவளே. ஒனக்கு லோல்படணும்னிட்டிருந்தா அவங்கூடப் போ.

மிக்கேலுக்கு இன்னும் காலுங் கையும் தெடமாட்டு இருக்கு. வல்லத்தை ஒத்தை ஆளா நின்னு கடல்ல தள்ளிவுடப் பெலமிருக்கு ... எல்லாத்துக்கும் மேல மாதா இருக்கா. இந்த குரூசுக்கு கடல் அம்மயும், மச்சங்களுந்தான் விசுவாசத்துடனிருக்கு. நீங்களெல்லோரும் அவிசுவாசிகள். போங்கள் ... போங்கள் ... ஏட்டீ, பிலோமிக்குட்டீ, உள் கொடியில் கெடக்ய அந்த வாலத்தை எடுட்டீ; நா கடத்தெருவுக்குப் போயிட்டு வரட்டு..." என்றான் கோபத்துடன் குரூஸ்மிக்கேல். பிலோமி நடை வாசல்படியிலிருந்த அண்ணனைத் தாண்டிப் போவதற்குள் அவள் அம்மை உள்ளே போய் வாலத்தை எடுத்து மகளிடம் தந்தாள். பிலோமியிடம் வாலத்தை வாங்கித் தோளில் போட்டுக்கொண்டு மூங்கில் படலிக் கதவை ஓங்கித் திறந்துகொண்டு வெளியில் தெருவிலிறங்கிப் போனான் குரூஸ் மிக்கேல். பிலோமி பயத்துடன் நடை வாசல்படியில் அண்ணனுக்குப் பக்கத்தில் நின்றுகொண்டு அப்பச்சி போவதையே வெறிக்கப் பார்த்துக்கொண்டிருந்தாள். அவளுக்கு இதைவிடப் பெரிய கவலை, இன்னும் சாமிதாஸைக் காணவில்லையே என்று. அவளுக்கு இதையெல்லாம் அவனிடம் சொல்ல வேண்டும். 'எங்கே போயிட்டுது இந்த சாமிதாஸ்? கள்ளுக் கடைக்கிப் போவலைன்னு சத்தியம் பண்ணி இருக்கே. போயிருமா என்னய மீறி? அப்படியும் போனால் என்னிடம் பிரியம் இல்லைன்னுதான் அர்த்தம்.' நினைக்க நினைக்க அழுகை வரும்போல இருந்தது. உடனே உள்ளே ஓடிவிட்டாள். செபஸ்தியான் இன்னும் அந்த இடத்தை விட்டு எழுந்திருக்கவே இல்லை.

அவனுடைய திட்டங்கள் மிகப் பெரியவை. அந்த ஓலைப்புரை வீடு, வல்லம் எல்லாவற்றையும் விற்று உடன்குடியூரில் ஒரு சாயபுடன் பார்ட்னராகச் சேர்ந்து சைக்கிள் ஸ்பேர்பார்ட்ஸ் கடை ஆரம்பிக்க வேண்டுமென்று ஆசை. சாயபுவுக்கு வாக்கும் சொல்லிவிட்டான். அதற்கு முதல் நடபடியாக அப்பச்சி, அம்மை, பிலோமிக்குட்டீ மூணு பேரையும் தன்னுடன் வேப்பங்காட்டூரில் வைத்துக்கொள்ள வேண்டும். இதற்கு அவனுடைய வூட்டுக்காரி தெரெஸா சம்மதித்திருந்தாள். அவளுக்கு ஆசையான ஆசை. அந்த ஊர் பள்ளிக்கூடத்து ஹெட்மாஸ்டர் வூட்டுக்காரியைப் போல கழுத்து நிறைய நகை போட வேண்டும். அதுக்கு இந்த வாத்தி வேலை மட்டும் போதாது என்பது அவளுக்குத் தெரியும். எல்லாரையும் கூட்டிக்கொண்டு வந்தான பின் அவளுடைய அப்பச்சியிடம் பேசி வீட்டையும் வல்லத்தையும் கிரையத்துக்குச் சம்மதிக்க வைக்க வேண்டும். கிரையத்துக்கு வாங்க ஆள் கூடப் பார்த்து வைத்திருந்தான் செபஸ்தி. செபஸ்தி வேப்பங் காட்டூரில் நல்ல கெட்டிக்கார வாத்திதான்.

வல்லம் அவன் பாட்டனார் காலத்தது. அந்த மாதிரியான ஜாதி மரமே இப்போது கிடைக்காது என்பது குரூஸ்மிக்கேலுடைய பேச்சு. அந்த வல்லத்துக்குப் பல இடங்களில் ஓட்டைகளில் தகரம் அடித்து ஒட்டுப்போட்டிருந்தது. தார் எண்ணெயில் ஒரு முனையில் 'மாதா துணை' என்று எழுதி இருக்கும். அது குரூஸ்மிக்கேலுடைய அப்பச்சி தாசையாவுடைய எழுத்து. வல்லம் எப்படியும் இன்றைக்குக் கிரையத்துக்கு அறுநூறு ரூபாய் வரை போகும். வீடும் ஆயிரத்துக்கு மேல் போகும். எல்லாம் அப்பச்சியின் மனசு இறங்க வேண்டும்.

"அப்பச்சியாம் . . . அப்பச்சி . . . தூ." எட்டித் தலையை மட்டும் நீட்டி எச்சிலைத் துப்பிவிட்டு ஷேட் பாக்கெட்டிலிருந்து சிகரெட்டை எடுத்து வாயில் வைத்துக்கொண்டு, "ஏட்டீ, பிலோமிக்குட்டி . . . அடுப்பு யழல்ல இருந்து தீ கொண்டு வாட்டீ . . . சிகரட்டப் பத்த வக்யட்டும் . . ." என்றான் செபஸ்தி.

அம்மை அடுக்களை உள்ளிருந்து ஏதோ புலம்பிக்கொண் டிருந்தாள். அம்மைக்கும் மகனோடு போய் இருக்கத்தான் ஆசை அதிகம். அம்மைக்கு இன்னும் ஆசைகள் செத்துப் போகவில்லை. போன வாரம் அவர்கள் வீட்டுக்கு தூத்துக்குடியிலிருந்து அம்மையின் பெரியம்மா மகள் லிஸி வந்திருந்தாள். அவளுக்க புருஷனுக்கு கஸ்டம்ஸில் வேலை. இரண்டே இரண்டு குழந்தைகள். எல்லோரும் வந்துவிட்டுப்போன ஒரு நாளைக்குள், நேரத்துக்கு ஒரு உடையில் அலைந்தார்கள். அந்த மாதிரி சிங்காரித்துக்கொண்டு கோயிலுக்கும், கடை கண்ணியளுக்கும் சினிமாவுக்கும் போகிறதை விட்டு, நாத்தம் பிடிச்ச இந்த மீனுகளையே தொட்டுக் கொண்டாடிக் கொண்டிருந்தால்? உடன்குடியில் தியேட்டர் இருக்குது. அடிக்கடி படம் பார்க்கலாம். வேப்பங்காட்டூரிலிருந்து உடன்குடிக்கு ஒரு மைல்தான். நடந்தே கூடப் போயிட்டு வந்திரலாம். அம்மை மகன் வீட்டுக்குப் போக நினைத்ததே இதற்காகத்தான்.

பிலோமி குட்டிக்குப் போறதில் கொஞ்சங்கூட இஷ்டமே கிடையாது. இந்த மணல்பாட்டிலிருந்து போயிட்டால் பிறகு சாமிதாஸை அப்படி பார்க்க முடியுமா? தீ எடுக்கப் போன பிலோமி அம்மையிடம் மெதுவாகக் கேட்டாள்.

"அம்மைக்கி அண்ணன் கூடப் போக ஆசையோ?"

பொரிக்காஞ் சட்டியில் கருவாடு வறுத்துக்கொண்டிருந்த மரியம்மை சட்டென்று திரும்பினாள். எரிகிற தீயின் வெம்மை அவள் முகத்தில் ஏறியிருந்தது. தன்னை ரொம்பச் சரியாக

கணக்குப் போட்டுவிட்டதில் பயமும் கோபமும் அவளை ஆட்டுவித்தன.

“ஆமாண்டி . . . ஆசைதான். நீ இங்க கெடக்கப் போறீயோ? கெட . . . கெட. ஒன் அப்பச்சியோட கெட . . . நீ ஏன் இங்க இருக்க ஆசைப்படுதான்னு எனக்குல்லா தெரியும். ஒனக்கு அந்தக் கருவாலிப் பெய சாமியோடயும் அவந் தங்கச்சி டாரதிச் சிறுக்கியோடயும் கடல் காட்ல சுத்தின மாதிரி அங்க வேப்பங்காட்ல சுத்த ஆள் கெடக்யாதுன்னு பாக்க... ஒன் சேதியெல்லாம் தெரியாதுன்னிட்டு நெனச்சிருக்கியோ சிறுக்கி. இரி . . . இரி ஒன் அப்பச்சி வரட்டு . . .” என்று பிலோமியைச் சாடி, அவள் பலவீனத்தை அசைத்தாள் அம்மை. பிலோமி தீயிடுக்கியுடன் அப்படியே பொங்கிப் பொங்கி அழ ஆரம்பித்துவிட்டாள். முன்னாலிருந்து செபஸ்தி கத்தினான், “ஏட்டி . . . எவ்வளவு நேரமாத்தான் தீ எடுக்கா?”

“ஏய் . . . பிசாசு மவளே, என்னட்டி கள்ள அழுக . . . வந்து தீயை எடுத்திட்டுப் போ. அவன் கேக்கானில்லா . . .” என்றாள் மரியம்மை.

பிலோமி கண்ணைத் துடைத்துக்கொண்டே தீ எடுத்துக் கொண்டு போனாள். நிமிர்ந்து அவளிடமிருந்து தீயிடுக்கியை வாங்கியவன், அவள் அழுவதைப் பார்த்ததும் பொறுக்க முடியாமல், “அட . . . பிலோமி, எதுக்காவ அழுதா?”

பிலோமி ஒன்றும் பேசவில்லை.

“சரி . . . சரி. அழுவாத. நா, வெளியே போயிட்டு வாரேன். இன்னைக்கி எப்பிடியும் ரெண்டுல ஒண்ணு தெரிஞ்சாகணும்” என்று சொல்லிக்கொண்டே போய்விட்டான், செபஸ்தி.

பிலோமி பின்னும் அழுதுகொண்டிருந்தாள்.

“இந்த அடம்பிடிச்சுப் போவாள் என்னைக்கி அழுவையை நிறுத்துதாளோ அன்னைக்கித்தான் வீடு உருப்படும். வயசு என்ன? காரியங் கணக்கு என்ன? சொரணை கெட்ட மூதி . . . அந்தப் பெய சாமிகிட்டப் பேசும்போது என்னமா இளி இளின்னு இளிச்சுக்கிட்டும் சிலுப்படங் காட்டிக்கிட்டும் பேசுதா . . . செறுக்கி மவளே. இரி, இரி, இன்னம அவங்கிட்டப் பேசுததக் கண்டேன், ஒங்க அப்பச்சிக்கிட்டச் சொல்லிக் குடுத்திருவேன். அவரு காதுல விழுந்திச்சின்னா வெட்டிப் பொங்கலிட்டிருவாரு. முண்டைக்கி . . . இன்னும் என்னடி ஈளாக்கம் . . ?” என்று கோபத்துடன் அடுப்படியிலிருந்து ஓடிவந்து பிலோமியின் தலைமயிரைப் பிடித்துச் சுவரோடு வைத்து ஓங்கி அறைந்தாள்.

"அம்மை . . . அம்மை அடிக்காத, அடிக்காத. ஐயோ . . . அடிக்காத..." என்று அலறினாள் பிலோமி. அலறல் தெருவரைக்கும் கேட்டது.

ooo

மறுபடியும் ராத்திரி எல்லோரும் படுக்கப் போகும்போது செபஸ்தி காலையில் விட்ட இடத்திலிருந்து தொடர்ந்தான்.

"அப்பச்சி, நா காலையில் ஊருக்குப் போவணும்" என்று திண்ணையில் ஒருக்களித்துப் படுத்தவாறு கையால் தலையைத் தூக்கி வைத்துக்கொண்டு கேட்டான் செபஸ்தி.

குரூஸ் மிக்கேல் வான வெளிமுற்றத்தில் கயிற்றுக் கட்டிலில் படுத்திருந்தான். நிலா வெளிச்சம் படலில் கம்புகளின் மேலே பட்டு அவன் முகத்தில் கோடு கோடாய் நிழல் விழுந்திருந்தது. பிலோமி நடைவாசலில் தலைவைத்துப் படுத்திருந்தாள். மரியம்மை செபஸ்திக்கு மேற்காமல் சுவரோடு சுவராய் ஒட்டிப் படுத்திருந்தாள். மிக்கேல் திரும்பிப் பார்த்தான். பெட்ரூம் லைட் வெளிச்சத்தில் பிலோமி படுத்திருந்தது தெரிந்தது. அழகாக, அமைதியாக உறங்கிக்கொண்டிருந்தாள்.

'எவ்வளவு போல இருந்தது இந்தப் பிள்ளை. இப்போ எத்தா பெரிசா வளந்திட்டது. ஹூம் . . . தெருப்புள்ளயளோட கடல் கரையில் சுப்பியும் சோழிகளும் பொறுக்கிக்கிட்டிருந்த குட்டியில்லா இது' – குரூஸுடைய ஞாபகங்களை செபஸ்தி அறுத்துவிட்டான்.

"அப்பச்சிட்டேயிருந்து பதிலைக் காணலையே. நாளைக்கி ஊருக்குப் போகணுமின்னேனே" என்றான் மறுபடியும் மெதுவாக.

"ம் . . . என்ன சொன்னா? . . . ஊருக்கா? . . . ஏல்லேய், நாளைக்கு லீவுதான? . . . ராத்திரி வண்டிக்கிப் போனா என்ன?"

அவர்களுக்குள் எப்போதும் பேச்சு இப்படித்தான் ரொம்ப மெதுவாக ஆர்ப்பாட்டமில்லாமல் ஆரம்பிக்கும். ஆனால் போகப் போக எப்படியோ சூடேறிவிடும்.

"அதுக்கில்ல. அங்க அவட்ட ஞாயித்துக்கெழம வாரேன்னிருக்கேன். அங்க கொஞ்சம் வேலயிருக்கு."

"சரி . . . பின்னப் போயிட்டு வா . . . அம்மகிட்ட யாபகமாட்டுக் கொஞ்சம் கருவாடு கேட்டு வாங்கிக்கிட்டுப் போலே."

"அது சரி. காலயில நாங் கேட்டது . . ."

“எது . . . எது . . .” என்று வேகமாகக் கேட்டான் குரூஸ் மிக்கேல்.

“காயல்பட்டணத்து சாயபு சைக்கிள் கடையும் ரேடியோக்கடையும் வைக்கப் போறார். நானும் பணம் போடுதேன்னு சொல்லியாச்சு. இந்த வலத் தொழில இன்னமையும் அப்பச்சி செய்ய வாண்டாம். எல்லாரும் எங்கூட வேப்பங்காட்டூருக்கு வாங்க. இந்த பிலோமிக் குட்டிக்கி நல்ல எடம் ஒண்ணு பார்த்திருக்கேன். அதுதான் என் வூட்டுக்காரியோட அண்ணன் மவன் ஒருத்தனிருக்கானில்ல, அவந்தான் இதுக்கு பொருத்தமுன்னு படுது அவ்வோட்டையும் கேட்டாச்சு. சம்மதிச்ச மாதிரிதான். இந்த வூட்டையும் வல்லத்தையும் வித்துட்டு . . .”

“லேய்... செபஸ்தி, மறுவடியும் அந்தப் பேச்சு எடுத்தியோ இருக்கு. அதத் தவுர வேற எதுன்னாலும் பேசு . . . எல்லாரும் இங்க இருந்து போனாலுஞ் சரி, இந்த மணப்பாட்டு ஊரவுட்டு நா வர மாட்டேன். குருசு கோயில் கல்லறத் தோட்டத்துலதான் இந்த மிக்கேல் அடியான் பொணத்தப் பொதைக்யணும் . . . ஆமா. என் ஒடம்புல உசிர் இருக்கவரைக்கும் வல்லந் தள்ளிக்கிட்டு வல வீசத்தான் போவேன். எனக்கு வல்லந்தா பெரிசுலே...” என்றான் கோபத்துடன். ஆவேசம் வந்த மாதிரிச் சத்தம் போட்டான்.

அம்மை தூக்கத்தில் அரைகுறையாகக் கேட்டு முணுமுணுத்தாள். பிலோமி எழுந்து படுக்கையில் முழங்காலைக் கட்டிக்கொண்டு உட்கார்ந்தாள்.

மரியம்மை சத்தம் போட்டதால் அன்றைக்கு சாமிதாஸைப் பார்க்கப் போக முடியவில்லை. அவளுக்கு ஏதோ அந்தப் பிராயத்தினுடைய நினைப்புகள்.

“அப்பம்... ஓமக்கும் எனக்கும் உள்ள ஒறவு இன்னயிலருந்து வுட்டுப் போச்சின்னு நெனச்சிக்கிடும்.”

குரூஸ் மிக்கேலுக்கு மேலே தீயை அள்ளிக்கொட்டினது மாதிரி இருந்தது. அவனுடைய பிரியமான வல்லத்துக்கு இப்படி ஒரு சோதனையா? வலை வீசப் போகாமல் அவனால் எப்படி இருக்க முடியும்?

“லேய், இப்பிடிப் பேசதுக்குத்தானாலேய் ஒன்னயப் படிக்க வச்சது. வாத்தி வேலயவுட வேற என்னலே பெரிசாப் போச்சி. வெயாபாரம் பண்ணப் போறேங்கிறே. கட்ட நெட்டயாப் போச்சினா என்ன பண்ணுவா? சொல்லு?” என்று ரொம்பவும்

இறங்கி வந்து பேசினான். செபஸ்தி அவன் பிள்ளை. அவன் ரத்தமில்லையா?

"அதெல்லாம் எதுக்குப் பேசுதீரு? எல்லாத்தையும் வித்துட்டு வாரும், ஓம்ம ரோட்லயா நிக்ய வக்கப் போறேன். பெத்த புள்ள மேல நம்பிக்கை இல்லாமப் போச்சாக்கும்?"

"லேய்... வேணுமின்னா ஒண்ணு செய்யி, இந்த வூட்ட வேணும்னா வித்துக்க. வல்லம் என் ஜீவியமட்டும் இருக்கட்டு. இந்த வூடு இப்ப வந்தது. வல்லம் நம்ப பரம்பரைச் சொத்து. வல்லத்தையும் என்னய்யும் வுட்டுட்டுப் போங்க. பறையன் வெயபாரஞ் செய்யப் பொறந்தவன் இல்ல. வல்லம் வலிக்கப் பொறந்தவன். பறையன் கடல்ல பொறந்து கடல்லதான் சாகணும். நாஞ் செத்தா சாமியார் சொல்லிவுடுவாரு, வந்து பொதைச்சிட்டுப் போங்க... போங்க... எல்லாரும் நாளக்கி யேன்னாலும் போங்க. எனக்குப் பொறவு வல்லத்த என்னமுஞ் செய்யி..." என்று சொல்லிவிட்டு மறுபக்கமாகத் திரும்பிப் படுத்துக்கொண்டான். அவன் கண்களில் கண்ணீர் தேங்கி இருந்தது.

செபஸ்தி அதற்கப்புறம் அவனிடம் ஒன்றும் பேசவில்லை. தனக்குள்ளாகத் தீவிரமாக எதையோ யோசிக்கிறவனைப்போல மோட்டைப் பார்த்துக்கொண்டு மல்லாக்கப் படுத்துக்கிடந்தான். அவன் யோசனையின் தீவிரம் கண்களில் இருந்தது. பிலோமி தூங்கவில்லை. அவள் அருகே அம்மை அடிச்சுப் போட்டவளைப் போலத் தூங்கிக்கொண்டிருந்தாள். மேலச் சுவரிலிருந்த சின்ன ஜன்னல் வழியாக நிலா வெளிச்சம் உள்ளே விழுந்து கிடந்தது.

சாயந்தரம் போட்டிருந்த பவுடருடைய மணம் அவள் முகத்துக்குள்ளிருந்து வீசியது. பிலோமி சின்னப் பிள்ளையாயிருக்கையில் அம்மையுடைய மடியில் படுத்துக் கொண்டு படுத்த உடனேயே தூங்கிப் போய்விடுவாள். இப்போதெல்லாம் அப்படி தூங்க முடிகிறதில்லை அவளால்.

சாமிதாஸ் இப்போது என்ன செய்துகொண்டிருப்பான்?

அன்றைக்கு முழுவதும் அவள் அவனைப் பார்க்க முடியாமலேயே ஆகிவிட்டது. அவனும் பிலோமியைப் போலவே விழித்துக்கொண்டுதானிருப்பானா? விழித்துக்கொண்டிருப்பான் என்று எண்ணுவதுதான் அவளுக்குச் சந்தோஷத்தைத் தந்தது. ஆம், அவனும் அவளைப்போல விழித்துக்கொண்டுதான் இருப்பான். அவனும் தூங்க முடியாது. அவனும் பிலோமியைச்

சந்திக்கவில்லையே. இவள் தவித்ததைப்போல அவனும் அன்று முழுவதும் தவித்திருப்பான். ஆனால் அவன் ஆண் பிள்ளை. நினைத்திருந்தால் பிலோமி வீட்டுப் பக்கம் வந்திருக்கலாம். வரவில்லை. அவன் வராமல் போனதுக்காக அவன் பிலோமியை நினைத்திருக்கமாட்டான் என்று எப்படிச் சொல்ல முடியும்? நினையாமலிருப்பானா? ஆனால் முடியாமல் போய்விட்டது.

ஒரேயொரு கொக்கு தன்னந்தனியே வானத்தில் சத்தமிட்டுக் கொண்டுபோனது. அதனுடைய கூட்டை அது தவறவிட்டிருக்கிறது. பிலோமி எழுந்துபோய் ஜன்னலருகே நின்றுகொண்டு வெளியே பார்த்தாள். பஞ்சுப் பொதிகள்போல மேகங்கள் கடலிலிருந்து மேற்கே நகர்ந்துகொண்டிருந்தன. பிலோமியின் மார்பு புரண்டது. புறவாசல் கதவைத் திறந்துகொண்டு போனாள். மரியம்மைக்கு வேறு எந்தச் சத்தம் கேட்டாலும் விழிப்புத் தட்ட வாய்ப்பில்லை. கதவு திறந்தால் மட்டுமே விழிப்புத் தட்டிவிடுகிறது.

"ஆரது..?"

"நாந்தான்ம்மை... பின்னாலே போறேன்."

"போயிட்டு ஓர்மையா கதவைக் கொண்டி போட்டு தானே படு."

"சரிம்மா..."

புறவாசலில் கொல்லைப்புறம் ரொம்பவும் நீளமானது. நடைப்படியை விட்டு இறங்கினதுமே மணலில்தான் காலை வைக்க வேண்டும். மேலக் கடைசியில் வேலி ஓரத்தில் கிணறு. கிணற்றுக் கைப்பிடிச் சுவரடியில் வாளி கயிறுடன் இருந்தது. கிணற்றடி சுத்தமாகக் காய்ந்து போயிருந்தது. சுற்றியிருந்த சின்னதான சிமெண்டு ஓடையில் காற்றடித்துப் போட்டிருந்த குறுமணல் படிந்திருந்தது. நாலைந்து வாகை மரங்கள். வேலி முடிகிற இடம்வரை ஓரமாய் தென்னை மரங்கள். எல்லாம் நிலா வெளிச்சத்தில் பார்க்க அழகாயிருந்தன. அவளுடைய தாத்தா தாசையா இருந்த வரையில் அந்தத் தென்னைகள் அவருடைய பிரியமான குழந்தைகள். இப்போது எப்போதாவது மரியம்மை சத்தம் போட்டால் பிலோமி தண்ணீர் ஊற்றுகிறதுண்டு. ஆனால் தண்ணீர் ஊற்றினாலும் ஊற்றாவிட்டாலும் அந்த மரங்கள் இன்னும் விசுவாசத்துடன் காய்த்துக்கொண்டிருக்கின்றன. மரங்களுக்கு நடுவே தாத்தா தார்பாய்ச்சி கட்டிக்கொண்டு, தண்ணீர் வாளியைத் தூக்கியபடி சாய்ந்துசாய்ந்து நடந்து போகிறதுபோல இருந்தது.

தாத்தாவுக்குத்தான் அவள் மேலே எவ்வளவு பிரியமிருந்தது. பிலோமிக்கு அந்த வீட்டிலே பிடித்தமானவர் தாத்தாதான். தாத்தாவோடுதான், அவளுக்கு விவரம் தெரிந்த நாள் முதல் ஞாயிற்றுக்கிழமை கோயிலுக்குப் போய் வந்துகொண்டிருந்தாள். சின்ன வயசில் அவருடைய காய்ப்பேறியிருந்த முரட்டுக் கைகளைப் பிடித்துக்கொண்டு நடந்திருந்தாள். அவருடைய கருப்புத் திரேகத்தில் கை கால்கள், தலையில் உள்ள முடிகள் எல்லாம் நரைத்துப் போயிருந்தன. ஆனால் அவைகள் ரொம்பவும் அடர்த்தியானவை. கை கால்களில், மார்பிலெல்லாம் சுருண்டு கிடக்கும். போன வருஷம் டிசம்பரில் கிறிஸ்துமஸ் கோயிலுக்குக் கடைசியாய் அவளுடைய கையைப் பிடித்துக்கொண்டு தட்டுத் தடுமாறி நடந்து வந்தார். வரும்போதே அடிக்கொருதரம் "பிலோமிக் குட்டிக்கி தாத்தாவால் கயிஸ்டமில்லையா?"

"அதெல்லாங் கெடையாது தாத்தா."

"நீ மவராசியா இருப்பே..."

அவளுடைய தாத்தா எவ்வளவு அன்பானவர்.

தோட்டத்தின் கடைசியில் போய் நின்றுகொண்டு பரந்து கிடந்த கடலைப் பார்த்தாள். பாசி பிடித்த கரும்பாறைகள் கரையில் மணலுக்கு மேலே துருத்திக்கொண்டிருந்தது வெளிச்சத்தில் பளபளவென்று தெரிந்தது. தென்னை மரங்கள், பார்வைமேயும் தூரம்வரை தென்னை மரங்கள். மரங்களுக்கிடையே காயப் போட்டிருந்த வலைகள் காற்றில் ஆடிக்கொண்டிருந்தன. யாரோ ஒரு பறையன் ஏதோ பாடிக்கொண்டே கோயில் முன்னால் தடுமாறித் தடுமாறிப் போய்க்கொண்டிருந்தான். அவன் வருகிற பக்கத்தில்தான் கள்ளுக்கடை இருக்கிறது. வெகு நேரமாக வேலிக் கம்புகளில் கையை வைத்துப் பார்த்துக்கொண்டே இருந்துவிட்டு மெதுவாகத் திரும்பி நடந்தாள். திடீரென்று ரொம்ப சோர்வாக இருக்கிறதுபோல உணர்ந்தாள்.

இப்போது அவன் என்ன செய்துகொண்டிருப்பான்? அவளுக்கு மீண்டும் அவனுடைய ஞாபகம் வந்தது.

புறவாசல் கதவைத் திறந்துகொண்டு வீட்டுக்குள் நுழையும்போதுதான் வீட்டில் அண்ணன், அம்மா, அப்பா எல்லோரும் படுத்திருக்கிறார்கள் என்பது நினைவுக்கு வந்தது. இவ்வளவு நேரமும் தனியே இருந்ததுபோல இனம் சொல்லத் தெரியாத துயரம் நெஞ்சில். கதவை அம்மை சொன்னபடியே தாழ்போட்டுவிட்டு வந்து படுத்தாள். தூக்கம் வருமென்றே தோன்றவில்லை.

இந்த அண்ணனுக்கு ஏன் இவ்வளவு பிடிவாதம்? அப்பச்சிக்குந்தான்... அண்ணன் பெரிசாகச் சொப்பணம் கண்டுக்கிட்டிருக்கு. அம்மைக்கி அண்ணன் கூடப் போகத்தான் இஷ்டம். சை... இவ்வளவு வயசுக்கப்புறமும். அம்மைக்கி சீவிச் சிங்காரிக்கிறதில் ஆசையொன்றும் குறைந்துவிடவில்லை. பாடீஸ் கயிறு வெளித் தெரிய சட்டைக்கு கழுத்து வைத்திருக்கிறாள். அருவருப்புடன் திரும்பிப் பார்த்தாள் அம்மையை. அம்மை அலங்கோலமாகப் படுத்துக்கிடந்தாள். எதையோ நினைத்தபடி வாசலில் கட்டிலில் படுத்துக் கிடந்த அப்பச்சியையும் பார்த்தாள். அப்பச்சி எவ்வளவு நல்ல மனுஷர். முணுக்முணுக்கென்று கோபம் வரும். வந்த புத்தடியில் தடந் தெரியாமல் போய்விடும். அப்படியே எழுந்துபோய் கட்டிலில் அப்பச்சியுடன் கழுத்தைக் கட்டிக்கொண்டு படுத்துத் தூங்க வேண்டும்போல இருந்தது.

2

காலையில் செபஸ்தியும் குரூஸ் மிக்கேலும் பேசவே இல்லை. பகையாளி மாதிரி ஒதுங்கிப் போனார்கள். குரூஸ் மிக்கேல் வெகு நேரத்துக்கு முன்பே தூங்கி விழித்துக் கட்டிலிலேயே உட்கார்ந்திருந்தான். அன்றைக்குக் காலையில் அவன் கடலுக்குப் போகவில்லை. அன்றைக்கு ஞாயிற்றுக் கிழமை. எல்லோரும் கடலுக்குப் போக மாட்டார்கள். சில பேர் போகிறதுண்டு.

இது மாதிரிச் சமயங்களில் மரியம்மை தன் மகனுடன் சேர்ந்துகொள்கிறது வழக்கம். இன்றைக்கும் அப்படித்தான் சேர்ந்துகொண்டாள். செபஸ்தி காலையில் முதல் பஸ்ஸில் வேப்பங்காட்டூருக்குப் போக வேண்டுமென்று புறப்பட்டவனை அவன் அம்மைதான் கஞ்சிவெள்ளம் சாப்பிட்டுப் போகச் சொன்னாள். செபஸ்திக்கு காபியைக் கொடுத்தாள். வாசலில் இருக்கிற குரூஸ் மிக்கேலுக்குப் பிலோமி யைக் கூப்பிட்டுக் கொடுக்கச் சொன்னாள். பிலோமி காபி சிந்திவிடப் போகிறதேயென்று மெதுவாகப் படியிறங்கி அப்பச்சியிடம் போனாள். அப்பச்சி முன்னால் போய் நின்றுகொண்டு, "அப்பச்சி... அப்பச்சி" என்று கூப்பிட்டாள்.

"உம்..."

"இந்தாங்க காபி..."

"அங்கன வையி..."

“சிந்தியிரப் போவு ...”

“வக்யதா இருந்தா வச்சிட்டுப்போ. இல்லையானா உள்ள கொண்டு போயி அந்த அவுசாரி கிட்டக் குடு போ.”

“அப்பச்சிக்கி மனசு சரியில்லபோல... அதான் அவங்கிட்ட வரலைன்னு சொல்லியாச்சே . . . அவம் பேச்சயும் ஒரு இதா மதிச்சிக்கிட்டிருக்கணுமாக்கும். செபஸ்தி பொன்னஞ் சட்டிங்கதுதா ஊரு அறிஞ்ச பேச்சே . . . அத்த வுடுங்க அப்பச்சி... கோபி ஆறப்போவு, திருணயில வக்யட்டு . . ?”

“ம் . . . ம்”

‘அம்மையும் அண்ணணும் சேந்துக்கிட்டு இந்த அப்பச்சிய இந்தப் பாடு படுத்துதாவளே’ என்று மனசுக்குள் நினைத்தபடியே காபி கிளாஸை திண்ணையில் வைத்துவிட்டு வீட்டுக்குள் போகப் போகும்போது படலிக்கதவு திறக்கிற சத்தங் கேட்டது. பிலோமி திரும்பிப் பார்த்தாள். அடுத்த வூட்டு ஐசக் வந்துகொண் டிருந்தான். வெடுக்கென்று அவனைப் பார்த்ததும் முகத்தைத் திருப்பிக்கொண்டாள். ஐசக் சிரித்துக்கொண்டே வந்தான்.

“என்னது? பிலோமிக் குட்டிக்கி அப்பச்சி மேல் இம்புட்டு கரிசனையா, கோபியெல்லாம் கொண்டாருது? ம் . . . ம் . . . நடக்கட்டு. வே . . . மிக்கேலு, பாத்தீரா இதுக்குத்தான் பொம்பளப்புள்ள வேணும்ங்கிறது.” கட்டியிருந்த லுங்கியைத் தொடையிடுக்கில் ஏறச் சொருகிக்கொண்டு குரூஸ்மிக்கேலுக்குப் பக்கத்தில் கட்டிலில் உட்கார்ந்தான். கட்டில் பாரம் தாங்காமல் ‘கிரிச்’சென்றது. வாய்க்குள் ஒதுக்கிவைத்திருந்த வெற்றிலை எச்சியை உதடுகளின் நடுவே இரண்டு விரல்களைக் கூட்டி அதன் இடையினூடே ‘புளிச்’சென்று தலையை முன்னால் நீட்டித் துப்பினான். குரூஸ்மிக்கேல் அவனைக் கவனியாதவன் மாதிரி தன் யோசனையிலேயே இருந்தான்.

காலை பூசைக்காகக் கோயில் மணி அடித்தது. பிலோமி உள்ளே நடுவூட்டில் கோயிலுக்குப் போகிறதுக்காகப் புடவை மாற்றப் பெட்டியைத் திறந்தாள். பெட்டிக்குள்ளிருந்து குப்பென்று பாச்சா உருண்டை வாசனையும் பவுடர் வாசனையும் கலந்து வந்தது. துணிகளின் இடையே இருந்த வலம்புரிச் சங்கை எடுத்தாள். அது ரொம்பவும் அபூர்வமானது. அது சாமிதாஸ் கொடுத்திருந்தது. அவள் அந்தப் பெட்டியைத் திறக்கிறபோதெல் லாம் முதன்முதலாக அவளுடைய கைகள் அந்தச் சங்கைத்தான் தேடி எடுத்துக்கொள்ளும். அதை எடுத்து அதன் முதுகுப் புறத்தில் கன்னத்தை வைத்துத் தேய்த்தாள். திடீரென்று நடைகழியில் ஆளரவம் கேட்கவும் சட்டென்று அதை பெட்டியினுள்ளே

போட்டுவிட்டுத் திரும்பிப் பார்த்தாள். செபஸ்திதான் வந்து கொண்டிருந்தான்.

“பிலோமிக் குட்டி இன்னைக்கு கோயிலுக்குப் போவலையா?”

“போவனும்..!”

“அம்மைய எங்கே?”

“உள்ளதான் இருக்கா.”

“சரி... பொறப்படதுன்னா சீக்கிரமா பொறப்படு, நானுங் கோயிலுக்குப் போயிட்டுத்தான் பஸ்ஸைப் பிடிக்கணும்.”

பிலோமி ஒன்றுஞ் சொல்லவில்லை. பெட்டியில், எதை உடுத்தலாம் என்று தேடிக்கொண்டிருந்தாள். செபஸ்தி கொடியில் கிடந்த வேஷ்டியை எடுத்து மாற்றப் போனான். வாசலில் ஐசக் அப்பச்சியுடன் சத்தம் போட்டுப் பேசிக்கொண்டிருந்தான். பிலோமி அந்த ஜன்னல் பக்கத்தில் நின்றுதான் சேலை மாற்றிக் கொண்டிருந்தாள். அவள் பக்கத்தில் கொஞ்சம் தள்ளி செபஸ்தி வேஷ்டி கட்டிக்கொண்டிருந்தான். மேலே ஜாக்கெட்டை மாட்டிக்கொண்டிருந்தவள் தற்செயலாக ஜன்னல் வழியாக ஐசக் தன்னையே பார்த்துக்கொண்டிருப்பதைப் பார்த்துவிட்டாள். படாரென்று ஜன்னல் கதவை அடித்து மூடினாள்.

சட்டைக்குப் பொத்தான் மாட்டிக்கொண்டே செபஸ்தி கேட்டான், “எதுக்காவ இப்படி ஜன்னல ஓங்கி அடிக்கா?”

“கண்ட பயலுவலயும் உள்ள வுட்டு உக்கார வச்சி பேசிக்கிட்டிருக்கது... இந்த அப்பச்சிக்கு சண்டை போடத் தான் தெரியிது! ஒலகந் தெரியல்ல...” என்றாள் பிலோமி.

கோயிலுக்குப் புறப்படும்போது செபஸ்தி மட்டும் அம்மையிடம் குசினியில் தலையை நீட்டி, “கோயிலுக்குப் போயிட்டு வாரேன்... இந்த பிலோமிக் குட்டியுங்கூட வருது...” என்றான்.

“ஆரு? அவதான! சிலுப்பிக்கிட்டு ரெடியா பொறப்பட்டிருப்பாளே... அந்தப் பெயலப் பாக்கதுக்குத்தான். இங்க வந்து கூடமாட அம்மைக்கி வேல செய்யக் காணல்ல. நீயும் அவளக் கண்டிசன் பண்ண மாட்டங்கா...”

“என்ன நீ அந்தப் புள்ளயக் கரிச்சுக் கொட்டுதா? கோயிலுக்கு கூட்டிட்டுப் போறண்டதுக்கு இம்புட்டுப் பேச்சு எதுக்காவ?... எளவு வூட்ல எதுக்கெடுத்தாலுஞ் சண்டையும் சல்லியமுமா!”

அந்த நேரத்தில் செபஸ்திக்கு யார்யார் மீதெல்லாமோ வெறுப்பாக இருந்தது. அம்மைமீது, அப்பச்சிமீது, அக்கா அமலோற்பவம், இந்த பிலோமிக் குட்டி, வேப்பங் காட்டூரிலிருக்கிற பொஞ்சாதி மீதெல்லாம்கூட கோபம் வந்தது. பிலோமி சுவரில் சாய்ந்துகொண்டு, அண்ணாந்து மோட்டைப் பார்த்துக்கொண்டு நின்றிருந்தாள். அம்மையின் கடுகடுத்த பேச்சினால் கண்ணீர் வந்துவிட்டது அவளுக்கு. வேறு யார் பேசினாலும் அவளால் தாங்கிக்கொள்ள முடிகிறது. அம்மை ஒரு வார்த்தை சொன்னதும்தான் அழுகை முட்டிக்கொண்டு வருகிறது. நடைவாசல்படிவரை போன செபஸ்தியான் திரும்பிப் பார்த்து எரிச்சலுடன் “ஏட்டீ... என்ன வாறீயா? வரலையா? இவுகளுக்கெல்லாம் கோயில் கொளம் ஒண்ணுங் கெடையாது. நீயும் இந்தச் சாத்தாங்களோட கெடந்து அழுந்தப் போறீயா? என்னட்டி நான் கேட்டுக்கிட்டு நிக்கேன், நீம் பாட்டுக்கு நிக்கியே...”

பிலோமி வரவில்லை. அழுதபடியே சுவரில் சாய்ந்த நிலையே நின்றிருந்தாள். நடைவாசலில் நின்ற செபஸ்திக்கு அவள் அப்படி நின்றதைத் தாங்கிக்கொள்ள முடியவில்லை. அது அவனுடைய அருமையான பிலோமியில்லையா? அவன் சிரிப்புக் காட்டின, கடல்கரைக்கு அவனோடு அம்மணமாய் கூடவே சோழிகளும் சிப்பியும் பொறுக்கவந்த பிலோமியில்லையா?

மெதுவாக, அவளுக்கு நெருக்கமாக வந்து நின்று, அவளுடைய சேலை முந்தானையால் அவள் கண்களைத் துடைத்துவிட்டான். அவளுடைய தலையைக் கையால் தடவினான். “பச்சப் புள்ள மாதிரி அளுவாளாக்கும்... அம்மயில்லா அளுவக் கூடாது. வா போவலாம்...”

ஜன்னல் திண்டிலிருந்த பைபிளைக் கையில் எடுத்து மார்போடு அணைத்துக்கொண்டாள். அவன் பின்னே போனாள். படலிக் கதவைச் சாத்தும்போது,

“வேய்... மிக்கேலு... ரெண்டும் கோயிலுக்கெல்லாம் ரொம்ப ஒழுங்கா போவுதுகபோல...” என்று சிரித்துக்கொண்டே ஐசக் சொன்னது பிலோமியின் காதில் விழுந்தது. வேலிப் பிளாச்சுகளுக்கூடே அவனை உறுத்துப் பார்த்துவிட்டு செபஸ்தியின் பின்னால் போனாள்.

கோயில் தெருவில் சாமிதாஸ் வீட்டைத் தாண்டிப் போகும் போது, குனிந்தவாறே அவன் வீட்டு நடையைப் பார்த்தாள். வாசல் கதவு சாத்தியிருந்தது. வீட்டு முன்னால் நின்றுகொண் டிருந்த நாலைந்து பிள்ளைகளில் ஒரு பையன் “பிலோமியக்கா கோயிலுக்குப் போறாவ...” என்றான்.

ஒருவேளை அவன் கோயிலுக்குச் சீக்கிரமாகவே போயிருப்பானோ? 'இனிமேல் ஞாயிற்றுக் கெழமை கோயிலுக்கு கண்டிஷனா வருவேன்'னு சொல்லியிருந்தானே, வராமல் போய்விடுவானா?

கோயில் நெருங்குகிற வரையிலும் செபஸ்தியும் அவளும் ஒன்றும் பேசிக்கொள்ளவில்லை. கோயிலை நெருங்கியதும் கோயில் வாசலில் நிற்கிற இளவட்டங்கள் கூட்டத்தில் சாமிதாஸை பட்டும் படாமலும் தேடினாள். எவ்வளவு கூட்டம்தான் இருக்கட்டுமே, அவளுடைய சாமிதாஸை அவளுக்குத் தெரியாமல் போகுமா? கோயிலுக்குள்ளிருப்பான் என்ற நம்பிக்கையில் தலையைச் சுற்றி முந்தானையால் முக்காடு போட்டுக்கொண்டு, தலை குனிந்தபடியே போனாள். செபஸ்தி மெதுவாக, 'பிலோமிக் குட்டி... நீ முந்தி வந்தியன்னா வாசல்ல நின்னு... நா வந்தியன்னாலும் நிக்கேன்... வரட்டு...' என்றான். அது போலத்தான் அவனுடன் கோயிலுக்கு வரும்போதெல்லாம் மெதுவான குரலில், அவளுக்கு மட்டிலுமே கேட்கிற மாதிரி சொல்லுவான். அந்த வார்த்தைகளில் சொல்ல முடியாத மென்மையும், தங்கச்சியின் மீதுள்ள பிரியமும் தேங்கியிருக்கும். அவன் போகும்போது ஓரக் கண்ணால் அன்பு ததும்பப் பார்த்தாள்.

'இந்த அண்ணன் நல்ல அண்ணந்தா, கோவம் மட்டும் இல்லையானா... அப்பச்சி கோவம் இதுக்கும் இருக்கத்தான் செய்யிது' என்று நினைத்துக்கொண்டாள். உள்ளே போய் இடம் பார்த்து உட்காரவும் கோயில் தொடங்கவும் சரியாக இருந்தது. கோயிலில் பிலோமி உட்கார்ந்த கொஞ்ச நேரத்துக்கெல்லாம் ரஞ்சி வந்து அவளுக்குப் பக்கத்தில் உட்கார்ந்தாள். ரஞ்சி பிலோமியுடைய அடிவயிற்றில் இடிக்கவும், பிலோமி திரும்பிப் பார்த்தாள். கோயிலின் அமைதியில் தன்னுடைய வியப்பை வெளியிட முடியாமல் அவள் கைகளைப் பிடித்துக்கொண்டு, "ரஞ்சி, ரஞ்சி நீயா?" என்றாள். அதுவரையிலும் அவள் மனசிலிருந்த எல்லாம் மறந்துபோய் புதிய சந்தோஷம் அவளைத் தேடி வந்தது. இந்த ரஞ்சியைப் பார்த்தாலே போதும் சந்தோஷம்தான். ரஞ்சியைப் பார்த்துவிட்டு யார்தான் சந்தோஷப்பட முடியாது? ரஞ்சி என்றாலே சந்தோஷம்.

ரஞ்சி உவரியூரில் வாக்கப்பட்டிருந்தாள். ரஞ்சியும் பிலோமியைப் போலத்தான் நல்ல கருப்பு. ஆம்பளை மாதிரி தாட்டிக்கமான உடம்பு. அவளுடைய கருத்த முகத்தில் வாய் திறந்து சிரிக்கிறது ரொம்ப அழகாயிருக்கும். பிலோமி கூட ரஞ்சியை, "ஏடே ரஞ்சி, உன்னக்க மாப்புள்ளக்காரங்கூட ஒஞ் சிரிப்பாணியப் பார்த்துட்டுத் தாண்டே சம்மதிச்சிருப்பான்.

இல்லாம இந்த அட்டக் கருப்பிய எந்தப் பெய கெட்ட வாரான் பாப்பம்” என்பாள்.

உவரியூர்க்காரன் ரஞ்சியைத் தேடி கட்டிக்கிட்டுப் போறதுக்கு அவளுடைய சிரிப்பாணி மட்டும் காரணமில்லை. ரஞ்சியுடைய அப்பச்சி தனக்குப் பொறவு தன் வல்லத்தை மாப்புள்ளக்காரனுக்கு தாரேன்னு சொன்னதும் ஒரு காரணந்தான்.

கோயில் முடிந்ததும் ரஞ்சியும் பிலோமியுந்தான் முதலில் வெளியே வந்தார்கள். ஆண்கள் கூட்டத்தில் பிலோமி சாமிதாஸைத் தேடினாள். காம்பவுண்டை விட்டு வெளியே வரும்போது செபஸ்தியும் வந்து சேர்ந்துகொண்டான். ரஞ்சியை அங்கே பார்த்ததும் அவனுக்கு ஆச்சரியம் தாங்க முடியவில்லை.

“ஆரு? ரஞ்சியா? ஓவரியூர்ல இருந்தது எப்ப வந்தா? வீட்டுக்காரரும் வந்திருக்காரா?” என்று கேட்டான்.

ரஞ்சி அவன் கேட்டதுக்குக் கொஞ்ச நேரம் வரை ஒன்றுமே பதில் சொல்லாமல் தலையைக் குனிந்துகொண்டு அடிக் கண்ணால் அவனைப் பார்த்துக்கொண்டே நடந்தாள். கடந்த காலங்கள் அவளுள் கிளர்ந்தன. ரஞ்சி இப்போது ஒருவனுடைய மனைவி என்றாலும் அவளால் செபஸ்தியை மறக்க முடியவில்லை. இந்த செபஸ்திதான் அவளை என்னவெல்லாம் செய்திருக்கிறான். நினைவுகளை ஒதுக்கத் தெரியாமல் தவித்தாள்.

“ரஞ்சி... அடி... ரஞ்சி... என்ன பதிலையே காணலை?” என்று மீண்டும் கேட்டான் செபஸ்தி.

கண்கள் கலங்கிவிட்டிருந்தன ரஞ்சிக்கு. பழையவைகளின் சிலிர்ப்புடன் தோள்களைக் குலுக்கிக்கொண்டு, “ம்... என்ன கேட்டீயோ? அவிய வரல. அங்க ஊருல தாமசிக்காவ. வூடு மோடு மேயப் போவுது. அதும் போவ வழக்கமாட்டு மீன் குத்தவகாரருக்கு மீனு குடுக்கனும்...”

செபஸ்திக்கு அவள் சொல்ல ஆரம்பித்ததுமே அவன் மனசு அங்கே இல்லாமல் போய்விட்டது. அவனும் அவளோடு கழிந்த பால்ய நாட்களின் ஞாபகங்களில் ஆழ்ந்து போனான். ரஞ்சியுடைய குரல் அவனை அங்கேயெல்லாம் கூட்டிக்கொண்டு போனது. கோயில் தெரு முடிவில் ரஞ்சி போனாள். ஆனால் செபஸ்திக்கு அவள் சொன்னது ஒன்றும் காதில் விழவில்லை. பிலோமி சாமிதாஸைப் பார்க்கலாமென்று நினைத்தது முடியவில்லை. மௌனமாக அண்ணனுடன் வந்துகொண்டிருந்தாள். மம்மூது சாயாக் கடைக்குப் பக்கத்தில் வந்ததும், செபஸ்தி, “பிலோமிக் குட்டி, நீ வூட்டுக்குப் போ. நா இங்க நம்ம வாத்தி வூடு

வரைக்கும் போயிட்டு வாரேன்" என்று சொல்லிவிட்டு, அவள் பதிலுக்குக்கூடக் காத்திருக்கத் தோன்றாமல் பள்ளிக்கூடத்துத் தெருவில் நடக்க ஆரம்பித்தான்.

திடீரென்று, பிலோமிக்குத் தான் மட்டும் அனாதரவாகி விட்டது போல உணர்ந்தாள். சாமிதாஸைப் பார்க்க முடியாத தவிப்பு வேறு அவளுக்கு. மம்மூது சாயாக் கடையிலிருந்து, அவளை வெளியே எங்கே பார்த்தாலும் கேலி பண்ணுகிற செல்லக்குட்டி தன் சகாக்களுடன் அட்டகாசம் பண்ணிக்கொண்டிருந்தான்.

"ஏடேய் . . . நம்ம ஊருக்க தேவதை போவுது பாருங்கடேய்..." என்று அவன் சொல்ல, அதைத் தொடர்ந்து நாலைந்து சிரிப்புக் குரல்களும் கேட்டன. பிலோமிக்கு செபஸ்தி, அப்பச்சி, அம்மை, சாமிதாஸ் மீதெல்லாம் காரணமில்லாத எரிச்சலாக இருந்தது.

செபஸ்தி, வாத்தியைப் பார்க்கப் போறேன் என்று சொல்லிவிட்டுப் போனது கள்ளுக் கடைக்குத்தான். அவனுக்கு ரஞ்சியின் நினைவு வந்துவிட்டால் குடிக்காமல் இருக்க முடியாது. ரஞ்சிக்கோ செபஸ்தியைப் பார்த்துவிட்டால் ஒன்றும் ஓடாது. வானத்தைப் பார்த்துக்கொண்டே உட்கார்ந்து விடத்தான் தோன்றும்.

செபஸ்தி கடையை நெருங்கும்போது ஐசக்கும், குரூஸ் மிக்கேலும் நன்றாகக் குடித்துவிட்டு வந்துகொண்டிருந்தார்கள். அப்பச்சிக்கு முன்னால் குடிக்கிற தைரியம் இன்னும் செபஸ்திக்கு வரவில்லை. ராமையா செட்டி கடையடியில் ஒதுங்கி நின்றுகொண்டான். ஐசக்கு குடித்திருந்தாலும் அவன் தடுமாறவில்லை. அப்பச்சியைக் காணத்தான் சகிக்கவில்லை. வாய்க்கு வந்ததையெல்லாம் உளறிக்கொண்டே போனான்.

"டே . . . ஐசக்கு, எம்மவன் வல்லத்தக் குடுத்திட்டு கடைவச்சிப் பணக்காரனா ஆவலாமுன்னு சொல்லுதான். பைத்தியாரப் பயபுள்ள. வல்லம் ஆரு சொத்து? எங்க பாட்டன் சொத்தில்லா . . . எம் பிலோமிக் குட்டிக் கல்யாணத்துக்கு இதத்தான் விக்கணும்கா அந்த அவுசாரி முண்ட. ரண்டு பய புள்ளயளுக்கும் வல்லத்து மேலதா கண்ணு" என்று தன்னுடைய அடிமனசின் துயரங்களையெல்லாம் சினேகிதனான ஐசக்கிடம் கொட்டிக்கொண்டே போனான் குரூஸ் மிக்கேல்.

செபஸ்தி மேற்கொண்டு அங்கே போகப் பிரியப் படாமல், கடற்கரை பக்கம் கல்லறைத் தோட்டத்துப் பாதையில் நடக்க ஆரம்பித்தான். சமீபத்தில் பெய்த மழையில்

கல்லறைகளினூடேயெல்லாம் புல் வளர்ந்து கிடந்தன. கடைசியாகப் போன மாதம் செத்துப்போன வாலாட்டிப் பாட்டன் கல்லறை மேலே அணைந்துபோன பாதி மெழுகுவர்த்திகள் இரண்டும், காலியான ஊதுபத்திக் குழலும் கிடந்தன. கடைசிவரை தன் அதிகாரத்தை விடாத வாலாட்டிப் பாட்டனுக்கு இந்த மெழுகுவர்த்திகள்கூட பயத்தில் அரைகுறையாக எரிந்து மீதம் கிடந்தன. வாலாட்டிப் பாட்டன் இருந்தவரைக்கும் அவர் அதிகாரம் நடந்தது. செபஸ்தி வெகு நேரத்துக்கு அங்கே மஞ்சணத்தி மரத்தடியில் உட்கார்ந்திருந்துவிட்டு வந்தான். தூரத்திலே கடல் இரைகிறது. யாரோ ஒரு பெண் தன் பாடுகள் தீராமல் புலம்பிக்கொண்டிருக்கிறது போல் கேட்டது.

3

செபஸ்தி அன்றைக்கு மத்தியானம் ஊருக்குப் புறப்பட்டுப் போனான். அடுத்த வாரம் வருகிறதாகச் சொல்லிவிட்டுப் போனான். அதற்குள் அம்மை எப்படியும் அப்பச்சியைச் சரிக்கட்டிவிடுவாள் என்று நம்பினான். ஆனால் அன்றைக்குக் கள்ளு சாப்பிட முடியாமல் போனது அவனுக்கு ரொம்ப வருத்தமாகத்தான் இருந்தது. அங்கே வேப்பங்காட்டூரில் அவன் கள்ளைப் பற்றி நினைத்துக்கூட பார்க்க முடியாது. அவன் வீட்டுக்காரிக்குத் தெரிந்தால் சும்மா விடமாட்டாள் அவனை. ரஞ்சியையே கட்டிருந்தால் தான் இப்படியெல்லாம் ஆகியிருக்க மாட்டோம் என்று எண்ணினான். ஆனாலும் என்ன செய்கிறது நினைக்கிறபடி, நேசிக்கிறபடியெல்லாமா நடந்து விடும்? அங்கே அவன் ஊருக்குப் போனால், ரஞ் சியைக்கூட மறந்துபோவான்.

அவன் புறப்படுகிற வரையிலும் குரூஸ் மிக்கேல் வீட்டுக்குத் திரும்பியிருக்கவில்லை. ஒருவேளை அவன் தன்னுடைய கவலைகளை மறக்க மேலும் கொஞ்சம் குடித்துவிட்டு எங்கேயாவது தென்னந்தோப்புகளில் அல்லது படவுகளுக்கடியில் விழுந்து கிடக்கலாம். அந்த ஊரில் எல்லா பரதவனும் குடித்தான். அப்பா, மகன், தாத்தா என்ற பேதமின்றிக் குடித்தார்கள். சின்னப் பிள்ளைகளுக்கும் வயது வந்த பெண் பிள்ளைகளுக்கும்தான் குடிக்கத் தெரியவில்லை. அந்தப் பையன்களும் கடலுக்குப் போக ஆரம்பித்தால் குடிப்பார்கள். யாரும் இதை வேறு எப்படியும் எடுத்துக்கொள்வதில்லை.

ஆண்பிள்ளைகள் அதிகமாக உழைக்கிறவர்கள்: கரைகாணாத கடலுடன் போராடுகிறார்கள். மேல் வலி தீரக் குடிக்க வேண்டும் என்று நினைத்தார்கள். அது தேவையென்று நம்பினார்கள். சில பெண்களும்கூட குடித்தார்கள். பிலோமியுடைய அம்மை – மரியம்மை – குடிப்பாள். எலியாள், பேதுருவுடைய பொஞ்சாதி ரெபேக்காள்போல சில பெண்களும் குடித்தார்கள். இதில் ரெபேக்காள்தான் குடித்துவிட்டு மோசமாகப் பேசுவாள். சுற்றிலுமுள்ள வீட்டுக்காரர்களெல்லாம் சிரிக்கும்படியாய் பேசுவாள். சில சமயங்களில் ரெபேக்காள் கோயிலுக்குக்கூட வருவாள்.

மத்தியானம் செபஸ்தி போன பிற்பாடு அம்மை வீட்டில் படுத்துக் கிடந்து தூங்கிவிட்டாள். வீட்டிற்கு மேலே மோடு மேய வேண்டும். மோடு மேய்ந்து பல வருஷங்கள் இருக்கும். சில ஓலைகள் காற்றில் கிளம்பிக் கொண்டுவிட்டன. அந்த ஓட்டை களில் ஒன்றினூடே சூரிய வெளிச்சம் அம்மையுடைய சிவப்பான கால்களில் வட்டமாக விழுந்திருந்தது. அந்த வெளிச்சத்தில் அம்மையுடைய கால் முடிகளெல்லாம் தெரிந்தது. பிலோமி சாப்பிடுவதற்காக தட்டின் முன்னே உட்கார்ந்தாள். அவளுக்கு சாப்பாடே ஓடவில்லை. ஏதோ ஒரு வஸ்து நெஞ்சுக் குழியில் அடைத்திருக்கிறது. அது அவளுடைய அண்ணனுடைய புதிய ஆசையாக இருக்கலாம். அவளுக்குப் பிறகு பிறந்தவர்கள் யாருமே இல்லை. இதற்காக பிலோமி எத்தனையோ தடவை ஏங்கியிருக்கிறாள். இப்பவும்கூட அவளுக்கு ஒரு தம்பி இருக்க வேண்டும், அவள் அவனோடு கூட கடல்கரையில் சிப்பிகள் பொறுக்கித் திரிய வேண்டும்போல ஆசைப்படுவாள். இன்றைக்கு ஒரு தங்கச்சி இல்லாமல் போனதுக்காக வருத்தப்பட்டாள். பொரித்து வைத்திருந்த கருவாடு அப்படியே சட்டியில் இருந்தது. வாசலில் ஆளரவம் கேட்டதும் தலையை வாசல் பக்கம் நீட்டிப் பார்த்தாள். ஐசக், அப்பச்சியை வாசலில் கிடந்த கயிற்றுக் கட்டிலில் படுக்கவைத்துக் கொண்டிருந்தான். உணர்ச்சிகளே இல்லாதவளைப்போல அதைப் பார்த்துக்கொண்டிருந்தாள். இந்தச் சந்தடியிலும் அம்மை எழுந்திருக்கவில்லை. அம்மைக்கு இவ்வளவு வயசான பிறகும் பவுடர், சோப்பு, சேலை துணிமணிகள் மீதுள்ள மோகத்தைப் போல தூக்கத்தின் மேலேயுள்ள மோகமும் இன்னும் தீரவில்லை. ஆள் ஏறி மிதித்தால்கூட அப்போது அறியமாட்டாள்.

தட்டைக் கழுவி வைத்துவிட்டு வாசல் நடையில் வந்து குத்துக்காலிட்டு உட்கார்ந்தாள். அம்மை வீட்டினுள் பெருமூச்சுடன் புரண்டு படுத்தாள். அப்பச்சியின் கைலியெல்லாம் தாறுமாறாய் விலகிக் கிடக்க, கட்டிலில் கண்களை

மூடிக்கொண்டு எதையெல்லாமோ உளறிக்கொண்டிருந்தார். மழை வரும்போல மேகமாக இருந்தது. அப்பச்சி இனிமேல் கடலுக்குப் போகமாட்டார். நேற்று வேலியில் காயப்போட்டிருந்த வலைகள் எல்லாம் அப்படியே கிடந்தன. ஒருவேளை இன்னும் கொஞ்ச நேரம் கழித்து அப்பச்சி கடலுக்குப் போகலாம். கடலுக்குப் போவதற்கு இன்னும் நேரம் இருக்கிறது. அதற்குள் போதை தெளிந்துவிடலாம்.

பிலோமிக்கு எல்லாம் கசப்பாக இருந்தது. கசப்பான, எதிலும் ஈடுபட முடியாத அனுபவங்கள் தொடர்ச்சியாக வந்துகொண்டிருக்கின்றன. வானத்தை வெறித்துப் பார்த்தாள். கூட்டம் கூட்டமாக நீர்க்காகங்கள் போய்க்கொண்டிருந்தன. பெரிய ராஜாளிக் கழுகுகள் கடல் பக்கத்தில் வட்டமடித்துக் கொண்டிருந்தன. எல்லாவற்றையும் மீறிக்கொண்டு கடலினுடைய இரைச்சல் கேட்டுக்கொண்டிருந்தது. அந்த இரைச்சலில்தான் அவளுடைய மனசு ஈடுபட்டது. அவளுக்கு சங்கடமாக இருக்கும் போதெல்லாம் அந்த ஊரில் எந்த மூலையில் இருந்தாலும் கேட்க முடிகிற கடலின் ஓய்வற்ற இரைச்சலில்தான் அவளுடைய எல்லா நினைவுகளும் வற்றிப்போய் மனசு வெறுமையாகி இருக்கிறது. அப்போது அந்தக் கடல் கண் முன் வரும். எத்தனை எத்தனை தோற்றங்கள். வல்லங்களையும் படகுகளையும் காலையில் கரைக்குக் கொண்டு வருகிற கடல். பறையக்குடி பிள்ளைகளுக் காகச் சிப்பிகளையும், சின்னச் சங்குகளையும் கரையில் நுரையுடன் கொண்டுவந்து தள்ளுகிற கடல். அவளுடைய பால்யத்தில் அக்காள் அமலோற்பவ மேரியுடன் அப்பச்சியுடைய வல்லம் கரைக்கு வருகிறதைப் பார்த்துக் கூடையுடன் காத்திருந்த கடல் – இப்படி ஒவ்வொன்றாய் அவளுக்கு நினைவுக்கு வரும்.

இந்தக் கடல் கரையையெல்லாம் விட்டுவிட்டு, அவளுக்குப் பிரியமான சாமிதாஸையெல்லாம் விட்டுவிட்டு, செபஸ்தியண்ணன் அவன் ஊருக்கு வரச் சொல்லுகிறான். அப்பச்சிகூட சம்மதித்துவிடும்போல இருக்கிறது. அப்பச்சிக்கு கள்ளு வாங்கிக் கொடுத்தால் மனசு இறங்கிவிடும். எதையும் செய்துவிடும்.

இதற்குள் பக்கத்தில் – ஐசக்கின் வீட்டில் தகராறு ஆரம்பித்து விட்டது. ஐசக்குடைய குரல் உச்சத்தில், ஒரு யானையின் கேட்க முடியாத பிளிறலைப் போலக் கேட்கிறது. அவன் பொஞ்சாதியை அடித்து நொறுக்கிக் கொண்டிருப்பான். அவள் அவன் இல்லாத நேரத்தில் யாரோ கள்ளப் புருஷனுடன் கொஞ்சுகிறாளாம். இப்படியொரு குற்றச்சாட்டை அந்தப் பரிதாபத்திற்குரிய பெண் – கேதரின் – மீது நீண்ட நாட்களாகவே சொல்லிக்கொண்டு

வருகிறான். அவள் – கேதரின் – பறையக்குடியில் தப்பிப் பிறந்த அபூர்வமான பெண். கோயில் கிணற்றில் தண்ணீர் எடுக்கக்கூட சண்டை போடத் தெரியாத அப்பாவி. ஆனால் அவளைத்தான் தினந்தோறும் ஐசக்கு வாய்க்கு வந்தபடி பேசுகிறான். நையப் புடைக்கிறான். எத்தனையோ தடவை அவளுடைய விம்மல் சத்தத்தை பிலோமி இரவெல்லாம் தொடர்ந்து கேட்டிருக்கிறாள். இது எவ்வளவு பெரிய கொடுமை. இதையெல்லாம் அழிக்க முடியாமல் கடல் அம்மை பார்த்துக்கொண்டு சும்மாதானே இருக்கிறாள்? ஐசக்குடைய லாஞ்சி கவிழ்ந்து அவன் காணாமல் போகவில்லையே. பறையர்கள் சொல்லுவார்கள்; கடல் அம்மை ரொம்பப் பொறுமைக்காரி, பூமாதேவியைப்போல என்று.

ஐசக்குடைய திட்டங்கள், மிகப் பெரியவை. கேதரினை இப்படியே அடித்து, அடித்துத் துரத்திவிட்டு பிலோமிக் குட்டியைக் கல்யாணம் செய்துகொள்ள வேண்டும் என்பதுதான் அது. குரூஸ்மிக்கேல் வேறு எதற்காகச் சம்மதம் சொல்லாவிட்டாலும் ஐசக்கிடமிருக்கிற அழகான லாஞ்சிக்காகவாவது பிலோமியை அவனுக்குக் கொடுக்கச் சம்மதிப்பான் என்று நம்பினான். ஐசக் காரியக்காரன். பிலோமியைப்போல நூறு பிலோமிகளுக்கு ஆசைப்பட்டாலும் அவன் காரியஞ் சாதித்துவிடுவான். அதனால்தான் அவனால் அந்தப் பறையர்களுக்கிடையே இருந்து கொண்டே லாஞ்சி வாங்க முடிந்திருக்கிறது.

கடலிலிருந்து கூட்டங் கூட்டமாக மேகங்கள் மேற்கே சென்றுகொண்டிருந்தன. யாரோ எய்த வர்ண அம்பைப்போல வானவில் மேகங்களைக் கிழித்துப் புறப்பட்டிருந்தது.

OOO

குரூஸ் சாயந்திரமே விழித்துக்கொண்டான். கட்டிலில் உட்கார்ந்து கொண்டு வெகு நேரமாய் யோசித்துக்கொண்டிருந்தான். பிலோமி இயந்திரத்தைப்போல வேலிப்படலில் கிடந்த வலையைக் கம்புகளில் சிக்கிவிடாமல் எடுத்துக்கொண்டிருந்தாள். வல்லத்துக்குக் கொண்டுபோக வசதியாகச் சுருட்டி வைத்தாள். தண்ணீர் இறைக்கிறதுக்காகக் கிணற்றடிக்குப் போனாள். கோயிலைப் பார்க்கப் பெரியசாமியாரும், ரொசாரியாவும் பேசிக்கொண்டே தென்னை மரங்களினூடே நடந்துபோய்க்கொண்டிருந்தார்கள். ஊரிலேயே சாமியாருக்குப் பிடித்தமானவன் ரொசாரியாதான். ரொசாரியாதான் ஊரில் யோக்யமானவன் என்று சாமியார் நம்பினார்.

பிலோமியுடைய அம்மை எழுந்துகொண்டு குசினியில் நடமாடிக்கொண்டிருந்தாள். அவளை குரூஸ்மிக்கேல்தான்

எழுப்பிவிட்டிருக்க வேண்டும். இல்லையென்றால் மரியம்மை நாளை காலை அவன் கடலிலிருந்து திரும்புகிற வரையிலும் தூங்கிக் கொண்டிருப்பாள். நல்ல மனைவி இப்படித் தூங்கமாட்டாள் என்று குரூஸ்மிக்கேல் நினைத்தான். புருஷன் வீட்டுக்குத் திரும்புகிற வரையிலும் அவள் கடவுளிடம் வேண்டிக்கொண்டிருப்பாள். கடலில் அலைகளே இல்லாதிருக்க வேண்டும். காற்றின் உக்கிரம் தணிந்து மீன் பிடிக்கிறதுக்கு ஏதுவாய் இருக்க வேண்டும். வல்லம் பாறைகளில் மோதிவிடக்கூடாது. எல்லாவற்றுக்கும் மேலாய் அவர்களுடைய வாழ்வு செழிக்க, வலையில் நிறைய மீன் வந்து விழ வேண்டும். இப்படியெல்லாம் ஒவ்வொரு பறைச்சியும் கடவுளிடம் வேண்டிக்கொண்டிருப்பாள். இதையெல்லாம் மரியம்மையும், குரூஸ்மிக்கேலுக்கும் அவளுக்கும் கல்யாணமான புதுசில் வேண்டி, ஜெபம் செய்துவந்தாள். இப்போது அவளை, அப்படியெல்லாம் செய்ய முடியாதபடிக்கு அவளுடைய தூக்கம் வந்து கெடுக்கிறது. அவளால் என்ன செய்ய முடியும்? அவள் ஜெபம் செய்யவில்லையே என்கிறதுக்காக கடல் பெருத்த ஆரவாரத்துடன் மேலே எழும்பி குரூஸ்மிக்கேலுடைய வல்லத்தை தாழ்த்திப் போட்டுவிடவில்லை. ஒவ்வொரு நாள் காலையிலும் கரைக்குத் திரும்புகிற வல்லங்களோடும், படவுகளோடும், லாஞ்சிகளோடும் குரூஸ்மிக்கேலுடைய வல்லமும் நிறைய மீன்களுடன் கரைக்குத் திரும்பி வந்துகொண்டுதான் இருக்கிறது. ஆனாலும் அவன் அவளைத் தூங்கவிடமாட்டான். அவள் தூங்குகிறதைக் கண்டால் அவனுக்குக் கெட்டகோபம் வரும். அவனுடைய தளர்ந்துகொண்டிருக்கிற உடம்பெல்லாம் கோபத்தால் நடுங்கும்.

அம்மை குசினியில் தனக்குள்ளாகப் பேசிக்கொண்டே கடலுக்குப் போகிற குரூஸ்மிக்கேலுக்கு ஈயத்தூக்கில் கருவாடு எடுத்துவைத்துக்கொண்டிருந்தாள். கருவாடு கொஞ்சம் தீய்ந்து போயிருந்தது. அன்றைக்குக் கருவாட்டைப் பொரித்தவள் பிலோமிதான்.

பிலோமிக்குட்டி முகம், கை கால்களைக் கழுவிக்கொண்டு குசினிக்குள் நுழைந்ததும் அம்மையுடைய குரல் உரத்துவிட்டது.

"ஏட்டீ . . . சிலுப்பட்டக்காரி . . . இது என்ன மயிரா கருவாட்டக் கருக்கி இருக்கா? எந்தப் பெய கூடப் போற யாபகத்திலே கருவாட்டைக் கருக்கியிருக்கா? . . . ஒங்க அப்பம் பாக்குற வேலக்கி கருவாடு தீஞ்சி போச்சின்னு ஒரேயடியா கத்துவானே . . ."

ரஞ்சி வீட்டுக்குப் போகலாமென்று நினைத்த பிலோமி அப்படியே அம்மையின் பேச்சைக் கேட்டுவிட்டுச் சுவரில்

சாய்ந்து மோட்டைப் பார்த்துக்கொண்டு நின்றுவிட்டாள். நெஞ்சுக் குழிக்குள் அழுகை முட்டிக்கொண்டு வந்தது.

அதற்குப் பிறகும் மரியம்மை எல்லாரையும் திட்டிக்கொண்டு தானிருந்தாள். குரூஸ்மிக்கேல் தன்னோடு வல்லத்துக்கு வருகிற சிலுவையடியானை அவனுடைய வீட்டில் போய் சத்தங்காட்டிக் கூட்டிக்கொண்டு வந்துசேர்ந்தான்.

சிலுவைக்கு இரண்டும் பெண்பிள்ளைகள். அவனுடைய மனைவி இன்னாசி நோய்க்காரி. எப்போதும் அவனுடைய சிறிய தென்னங் குடிசையின் இருளான ஒரு மூலையில் எலும்பும் தோலுமாக வெகு காலமாக முடங்கிக் கிடக்கிறாள். முதல் பிள்ளை பிறக்கும்போதே அவளுக்கு க்ஷயம் வந்துவிட்டது. அந்த உடம்புடன் மறுபடியும் சிலுவையுடன் படுத்து இன்னொரு குழந்தையைக் கஷ்டப்பட்டுப் பெற்று வளர்த்துவிட்டாள். இரண்டாவது பிள்ளையின் பேறு காலத்திற்காக ஆஸ்பத்திரிக்குப் போயிருந்தபோது டாக்டரம்மா, இனிமேல் நீ பிள்ளை பெற்றால் செத்தே போவாய் என்று சொல்லியிருந்தபடியால் அதற்கப்புறம் இன்னாசி குழந்தை பெறவில்லை.

குரூஸ் மிக்கேலும் சிலுவையும் கடலுக்குப் போன பிறகு மரியம்மை பள்ளிக்கூடத்துத் தெருவில் வாத்தி வீட்டுக்குப் புறப்பட்டாள். மரியம்மை நடையைவிட்டு இறங்கும்போது பிலோமி திண்ணைத் தூணோரமாக இருந்தாள். கண்களில் இன்னும் கண்ணீர் திரண்டு நின்றிருந்தது. மரியம்மை வேலிப்படலிக் கதவைச் சாத்திக்கொண்டே, “ஏட்டீ… வூட்டத் தொறந்து போட்டுட்டு எங்கியும் போயிராதே… நா, வாத்தி வூட்டுக்குப் போயிட்டு வாரேன், அங்கே வாத்திக்க அம்மைக்கி ரொம்ப தோஷமாட்டு இருக்குன்னு சொன்னாவ…” என்று சொல்லிக்கொண்டே போனாள்.

பிலோமி ஒன்றுஞ் சொல்லவில்லை. எதை எதையெல்லாமோ சம்பந்தமில்லாமல் நினைத்துக்கொண்டிருந்தாள். இப்போது வல்லங்கள் கடலுக்குள் இறங்கிக்கொண்டிருக்கும், வழக்கம்போல ஐசக், ரொசாரியா, சாமிதாஸுடைய அப்பச்சி, ஓவாரியூரு அம்புரோஸு இவர்களுடைய வாஞ்சிதான் கொந்தளிப்புடன் போட்டியிட்டுக்கொண்டு முதலில் போகும். குரூஸ்மிக்கேலுவுடைய வல்லம் கடைசியில் மெதுவாகத்தான் போகும். வல்லத்தைக் கடலில் தள்ளிவிட ஒத்தாசைக்குச் சிலுவையைத் தவிர வேறு ஆள் கிடையாது. அலைகள் அதிகமாக இருந்தால், தள்ளிவிட கூட இரண்டு ஆட்களாவது வேண்டும். முன்னாலெல்லாம் பிலோமியுடைய தாத்தா தாசையா இருக்கையில் அவரும்

வல்லந்தள்ள தார் பாய்ச்சிக் கொண்டு அலைகளோடு போராடுவார். குரூஸ்மிக்கேல் அவரைச் சத்தம் போடுவான்.

“வேய்... நீரு எதுக்குவே தள்ளுதீரு... கீழ வுழுந்திட்டீருன்னா... போரும் அந்தால...”

“லேய்... குரூசு, அப்பிடி இங்கன கடல் அம்மை மடியில வுழுந்து சாகணும்னா குடுத்து வக்யணும்டா...” என்பார் தாசையா.

பிலோமி கூட இடுப்புவரை பாவாடை நனைய நனைய வல்லம் தள்ளிவிட்டிருக்கிறாள். மற்ற வல்லங்களைத் தள்ளிவிட யாரும் ஒத்தாசைக்கு வருவார்கள். ஆனால் குரூஸ் மிக்கேலுவுடைய வல்லத்தை தள்ளிவிட ஊரில் யாரும் உதவிக்கு வருவதில்லை. குரூஸ் மிக்கேலை ஊரில் யாருக்கும் பிடிக்காது. கோயில் திருவிழாவுக்கு குரூஸ் மிக்கேல் வரி கொடுக்கமாட்டான். இந்தப் பகை நெடுநாட்களாகவே இருந்துவருகிறது. தாசையா நாடாரைப் புதைக்கிறதுக்குக்கூட யாரும் வரவில்லை. கோயில் பாதிரியார் மட்டும் ஊர்க் கட்டுப்பாட்டை மீறி வீட்டுக்கு வந்து ஜெபம் செய்துவிட்டுப் போனார். செபஸ்தியும், குரூஸ்மிக்கேலும், அக்காள் அமலோற்பவமேரியுடைய மாப்பிள்ளையும், சிலுவையடியானும் சேர்ந்து பெட்டியைத் தூக்கிக்கொண்டு கல்லறைத் தோட்டத்துக்குப் போனார்கள். ஆனால் ஐசக் ரொம்ப உதவியாக இருந்தான். அவன் முதலிலேயே கல்லறைத் தோட்டத்துக்குப் போய் குழியெல்லாம் தோண்டினான். ஊரிலிருந்து ஒரே ஒரு ஆள் லாசரூப் பாட்டா மட்டும் வந்திருந்தார். லாசரூப் பாட்டா ரொம்ப அருமையானவர். எல்லோரையும் நேசித்தார். அதனால்தான் அவர் வந்திருந்தார்.

அன்றைக்கு வேறு யாரையும் விட பிலோமிதான் அதிகமாய் அழுதாள்! அவளுடைய அம்மை சொந்தக்காரர்களையெல்லாம் திட்டிக்கொண்டிருந்தாள். அவளுக்கு வீட்டில் நல்லது கெட்டதுக்கு ஆட்கள் வந்து கூடிவிட்டால் கொள்ளை போய்விட்டதுபோலக் கத்துவாள். ஒவ்வொரு வருஷமும் கிருஸ்துமஸுக்கு அக்கா அமலோற்பவமேரி தன்னுடைய புருஷனுடனும் பிள்ளைகளுடனும் வருவாள். செபஸ்தி அவனுடைய பெஞ்சாதி பிள்ளைகளுடன் வந்துவிடுவான். இது மாதிரியான சமயங்களில் ஏதாவதொரு அற்பமான காரணத்துக்காகச் சண்டை வந்துவிடும். அதுவே பெரிதாகி, எல்லோரும் ஊருக்கும் போகும்போது, ‘இனிமேல் இந்த வீட்டின் நடைவாசலையே மிதிக்கிறதில்லை’ என்று சொல்லிப் போவார்கள். ஆனால் அடுத்த வருஷமும் கிருஸ்துமஸுக்கு வருவார்கள்.

தாசையா இருந்தவரையிலும் தினந்தோறும் அவரை, 'போக்கத்த கெழவா… தண்டச் சோறு' என்று திட்டி வருவதை மரியம்மை வழக்கமாகக் கொண்டிருந்தாள். குரூஸ் மிக்கேல் காதில் விழவே பேசுவாள். ஆனாலும் அவனும்கூட எப்போதாவதுதான் அவளைச் சத்தம் போடுவான். குரூஸ் அவளை மனசால் ஒரு பக்கம் வெறுத்தான். ஒரு பக்கம் காரணமில்லாமலேயே அவளுக்குப் பயந்தான். இதற்கான காரணங்களையெல்லாம் பிலோமியால் அறிய முடிந்ததில்லை. மரியம்மை கடலுக்குப் போய் வல்லத்துக்காகக் காத்து நின்று ஒரு நாளாவது பெட்டியில் மீன் சுமந்துகொண்டு வந்தது கிடையாது. ஏதோ பொங்கிப் போடுகிறாள். இருந்தாலும் அவளுடைய அதிகாரம் எல்லோர் மீதும் பிரயோகிக்கப்பட்டுக் கொண்டிருந்தது. தாசையா சொல்லுவார், 'ஏட்டீ… பிலோமிக் குட்டி, உனக்க அம்மை ஒரு அபூர்வமான கடல் ப்ராணி…' என்று. பிலோமி அதைக் கேட்டு விழுந்து விழுந்து சிரிப்பாள். கூடவே அவரும் பேத்தியோடு சிரிப்பார். தாத்தாவும் பேத்தியும் கடல் அலைகளே ஒடுங்கிப் போகும்படியாக விழுந்து விழுந்து சிரிப்பார்கள். அந்தத் தாசையா செத்துப் போனதுக்கு பிலோமிதான் அழுது புரண்டாள். அவளுக்குத்தான் அந்தக் கிழவருக்காக அந்த வீட்டில் அழுது புரள்வதற்கு அவருடைய ஞாபகங்கள் அவளிடம் நிறையவே இருந்தன.

ரொம்பப் பக்கத்தில் நிழலாடுகிறதைக் கண்டு திடுக்கிட்டுப் பார்த்தாள். வெள்ளைப் பற்கள் தெரியச் சிரித்துக்கொண்டு சாமிதாஸ் நின்றுகொண்டிருந்தான். திடீரென்று அவனைப் பார்த்துவிட்ட ஆச்சரியத்திலிருந்து மீள முடியாமலே கண்களை விரித்து அவனைப் பார்த்துக்கொண்டே நின்றுகொண்டிருந்தாள்.

"என்ன பிலோமிக்குட்டி, அப்படியே ஆள முழுங்கிப்புடுத மாதிரிப் பாக்கா?" என்று சொல்லிக்கொண்டே அவன் திண்ணையில் ஏறி நின்றான்.

"ஆரு… ஆரு… நீங்களா? எப்ப வந்திய? அப்பதைக்கே வந்தாச்சா? நா பாக்கல… என்னத்தையோ நெனப்புல இருந்திட்டேன். வாங்க உள்ளே…" என்று அவனுக்கு முன்னால் வீட்டுக்குள் போய் சுவரில் சுருட்டிச் சாத்தப்பட்டிருந்த பாயை எடுத்து விரித்து உட்காரச் சொன்னாள். அவன் வீட்டுக்குள்ளே வராமல் நிலையைப் பிடித்துக்கொண்டே, அவள் பாய் எடுத்துப் போடுகிறதையே பார்த்துக்கொண்டு நின்றிருந்தான். பிலோமி வெட்கத்துடன் தலையைக் குனிந்துகொண்டாள்.

"அம்மை வெளியில போயிருக்கா…" என்று சொன்னாள்.

“தெரியும். அம்மை போறதப் பார்த்துட்டுதான் வாரேன்” என்று சொல்லிக்கொண்டே பாயில் வந்து கைலியைத் திரைத்துக் கொண்டு குத்துக்காலிட்டு உட்கார்ந்தான்.

“பிலோமியும் உக்காரட்டு...”

பிலோமி அவனுக்குப் பக்கத்தில் பாயில் உட்கார்ந்தாள். அவன் அவளைத் தோளோடு இழுத்துத் தன்னோடு சேர்த்துக் கொண்டான். பிலோமிக்குப் பயமாக இருந்தது. அம்மை வந்துவிட்டாளானால் அதைவிட மோசம் ஒன்றுமில்லை.

“வாண்டாம்... அம்மை சுருக்காட்டு வந்துட்டாளானால் வம்பு.”

“அவிய வெளியில போனா அம்புட்டுச் சுருக்கா வந்திர மாட்டாவ... நா ஒன்னயப் பார்க்கணும்னுதான் கடலுக்குக்கூடப் போவாம வந்திருக்கேன்.”

அவனுடைய தோளில் பிலோமி முகம் புதைந்திருந்தாள். அவன், கை வைத்த சிவப்புக் கலர் பனியன் போட்டிருந்தான். பனியன் கையைச் சுருட்டி மேலே ஏற்றிவிட்டிருந்ததில் சதை திமிறிக்கொண்டு நின்றிருந்தது. பிலோமி அந்தக் கையை கீழே இறக்கிவிட்டாள். மறுபடியும் முன்போலவே சுருட்டினாள். அவனுடைய மார்பில் பனியன் கழுத்துக்கு மேலே தெரிந்த முடிகளைப் பிடித்து இழுத்தாள்.

“ஸ்... ஸூ... இது என்ன விளையாட்டு. வலிக்கி...”

மெதுவாக வாயைப் பொத்திக்கொண்டு சிரித்தாள். ஆனாலும் உள்ளுக்குள் இன்னும் பயம் தீரவில்லை. ‘அம்மை இதோ வந்துவிடுவாள்’ என்று பயந்துகொண்டிருந்தாள்.

ஒரு நேரத்தில் இப்படியும் நினைத்தாள். அம்மையுந்தான் வந்து பார்க்கட்டுமே என்ன செய்துவிட முடியும்? வேண்டு மானால் ஊரைக் கூட்டுவாள். அப்பச்சி வந்தால் அப்பச்சியிடம் சொல்லுவாள்; அப்பச்சி தலைகால் தெரியாமல் குதிக்கும். செபஸ்திக்குத் தெரிந்தால் அவன் அவள் பக்கம் தான் நிற்பான். சாமிதாஸ் ஒரு நல்ல பறையன் என்று அவன் மட்டுமே அறிவான். அவளுடைய அக்கா அமலோற்பவம் கூட ஒன்றும் சொல்லமாட்டாள். அம்மை, அப்பச்சி எல்லாருடைய எதிர்ப்புகளையும் செபஸ்தி தூக்கி எறிந்துவிட்டு தன்னுடைய பிரியமான தங்கச்சிக்குத் துணையாக நிற்பான். அவனும் ஒரு காலத்தில் ஒரு பெண்ணை – ரஞ்சியை – விரும்பியிருக்கவில்லையா? பிறகு எல்லாம் நல்லபடியாக நடக்கும்.

சாமி கதவைச் சாத்தித் தாழ்ப்பாள் போட்டுவிட்டு வந்தான். பிலோமி ஒன்றும் புரியாமல் அவனைப் பார்த்தாள். அவன் வந்து அவளுடைய மடியில் தலைவைத்துப் படுத்துக்கொண்டான். பிலோமிக்குப் பயமும் சந்தோஷமுமாக இருந்தது. பயத்தில் அவளுடைய தொடை நடுங்கியதை சாமிதாஸ் உணர்ந்தான்.

“அடப் பயங்கொள்ளி… ஒந் தொட ஏன் இப்பிடி நடுங்குது…” என்று சொல்லிச் சிரித்தான்.

“சரி, ஒங்கள ரெண்டு நாளா எங்கயெல்லாந் தேடுனேன் தெரியுமா? எங்க போயிட்டிய?”

“நீ, எங்க வூட்டுக்கு வந்தீயா?”

“இல்ல…”

“அங்க வந்து எங்க அப்பச்சியிட்டக் கேட்டிருக்கணும். ஒங்க மவனை எங்க? அவியட்டப் பேசணும்’ன்னு கேட்டிருக்கணும்” என்று சொல்லிவிட்டுப் பெரிசாகச் சிரித்தான். அவளும், மடியில் படுத்துக்கிடந்த அவன் முகத்தில் மோதுகிறதுபோல விழுந்து விழுந்து சிரித்தாள்.

“இன்னிக்கி என்ன வூட்ல? பொரிச்ச கருவாடா?” என்று கேட்டான்.

“ஆமா! எப்பிடிக் கண்டுபிடிச்சிய?” என்றாள் ஆச்சரியத்துடன்.

“ப்பூங்காட்டியும்… இது என்ன பெரிய மயிரா? அதான் புள்ள ஒனக்கச் சிரிப்பாணியோட கருவாட்டு வாடையும் அடிக்கே…”

சாமிதாஸ் அவளைச் சட்டென்று பாயில் தள்ளிவிட்டான். அவளுடைய சேலை மேலாக்கு தூரப் போய்விட்டது. அவளுக்கானால் சிரிப்பு இன்னும் ஓயவில்லை.

“வாண்டாம் சாமி… அம்மை வந்திடுவா… வாண்டாம்னா எதுக்குப் போட்டுப் பொணையுது?” என்று அவனுக்கு மட்டும் கேட்கிறதுபோலச் சொன்னாள். அவன் மனம் போனபடியெல்லாம் அவளைப் படுத்தினான். பிலோமி திமிறவும் இல்லை, திமிறாமலும் இல்லை. அவளுக்கு வேண்டும் போலவும், வேண்டாம் போலவும் இருந்தது. ஒரு கணத்துக்கு அம்மையுடைய சிடுசிடுப்பான முகம் கண் முன்னால் வந்தது. பிறகு அதுவும் மறைந்துபோனது. அதற்குள் சாமி அவளை முழுவதும் தன்வசப்படுத்திவிட்டிருந்தான். அதன் பின்பு பிலோமிக்கு ஒன்றும் சொல்வதற்கு வார்த்தைகளே இல்லாமல் ஆகிவிட்டது.

அவன் எழுந்திருந்தான். அவன் அவளை விட்டு விலகிப் போனதும், பிலோமி முதல்முதலாகக் கேட்டது கடலினுடைய இரைச்சல்தான். இப்போது அந்த இரைச்சல் வெகு அருகில் கேட்டது. கடலின் அலைகள் கரையைத் தாண்டி, தென்னந்தோப்பைத் தாண்டி, புறவாசலைத் தாண்டி, கிணற்றை யும் தாண்டி வந்துவிட்டது. இன்னுங் கொஞ்ச நேரத்தில் தன்னோடு அவளை எடுத்துக்கொண்டு மறுபடியும் அந்த அலைகள் கடலுக்குள் இறங்கிவிடும்.

பிலோமியுடைய சேலையைச் சுருட்டி அவன் மூலையில் எறிந்திருந்தான்; அது நார்பெட்டிகளின் அருகே கிடக்கிறது. அவளுக்கு அதை எடுத்து உடுத்திக்கொள்ள வேண்டும் என்றுகூட தோன்றாமல், அப்படியே பாயில் ஒருச்சாய்ந்துக் கைகளை கால் இடுக்குக்குள் கொடுத்துப் படுத்துக்கிடந்தாள். வியர்வையிலும் பயத்திலும் அவளுடைய உடம்பு நடுங்கிக்கொண்டிருந்தது. அவன் – சாமிதாஸ் மெதுவாக அவளுடைய முதுகுக்குப் பின்னால் உட்கார்ந்துகொண்டு குனிந்து, அவளுடைய முகத்தைப் பார்த்தான். பிலோமி தலையை லேசாக உயர்த்தி அவனைப் பார்த்தாள். அவனும் புரியாத குழப்பத்தில்தான் இருந்தான். கழுத்தில் கிடந்த வெள்ளியிலான சிலுவை அவனுடைய பனியனுக்குள்ளிருந்து வெளியே வந்து விழுந்திருந்தது.

“பிலோமிக்கு எம் மேல கோவமா?”

அவள் ஒன்றும் சொல்லவில்லை. அந்தக் கடலினுடைய இரைச்சலையே கேட்டுக்கொண்டிருந்தாள். காது செவிடாகும் ஆர்ப்பரிப்பைக் கேட்டாள்.

“ம் எம் மேல கோவமா? . . . நா, தப்புச் செஞ்சிருந்தா என்னய மன்னிப்பியா?”

பிலோமி புரண்டு படுத்து அவனை இடுப்போடு சேர்த்து அணைத்துக்கொண்டாள்.

“சாமி! நீங்க ஏன் இப்ப வந்தியோ? அம்மயில்லாத நேரத்துல வந்து என்னை இப்பிடி ஆக்கிப்பிட்டீயளே.”

சாமிதாஸுக்கு அவளைச் சமாதானம் செய்யத் தோன்றவில்லை. அவன் மேலேயே அவனுக்குக் கோபம் கோபமாக வந்தது. ‘சே . . . எவ்வளவு அற்பமாக கொஞ்ச நேரத்துல நடந்திட்டோம். இந்தப் பிலோமிக் குட்டிதான் என்ன நெனப்பா? இதுக்காவத்தானா இவ்வளவு நாளும் இவ நமக்குன்னு நெனச்சிருந்தது? இம்புட்டுத்தானா அவள்மீது உள்ள பிரியமெல்லாம்?’

“சாமி ... நீங்க அப்படியேதான் இருக்கியோ, யாபகம் இருக்கா ஒங்களுக்கு? பள்ளிக்கூடத்துக்குப் போயிட்டு வந்துக்கிட்டிருக்கும்போது, ஒரு நா கருக்கல்ல கோயிலுக்குப் பொறத்தால வெளையாடிக்கிட்டிருந்தோம். அன்னைக்கியும் இப்படித்தா மொரட்டுத்தனமா கட்டிப்பிடிச்சி மேலேயெல்லாம் கடிச்சியோ, யாபகம் இருக்கா?”

அவன் ஜன்னலுக்கு வெளியே தெரிந்த தென்னந்தோப்பு களையே பார்த்துக்கொண்டிருந்தான்.

பிலோமி எழுந்து புறவாசலுக்குக் கைகால்களை கழுவிக் கொண்டு வரப் போனாள். வந்தபோது நடு வீட்டில் வெறும் பாய் மட்டும் கிடந்தது. வாசல் கதவும், படலிக் கதவும் விரியத் திறந்து கிடந்தது. நார்ப் பெட்டிகளுக்குப் பக்கத்தில் கிடந்த சேலையை எடுத்து அரைகுறையாக மேலே போட்டுக்கொண்டு அவசரமாகத் தெருவுக்கு ஓடினாள். தூரத்தில் சாமிதாஸ் தலையைத் தொங்கப் போட்டுக்கொண்டு போய்க்கொண்டிருந்தான். கொஞ்ச நேரத்துக்கு அவனையே பார்த்துக்கொண்டிருந்தாள்.

4

காலையில் எழுந்ததும் பிலோமி முகத்தை மட்டும் கழுவிக்கொண்டு கடலுக்குப் புறப்பட்டாள். அம்மை வழக்கம்போல, ஒரு ஆம்பளையைப்போல நடுவீட்டில் கால்களைப் பரக்க விரித்துப் படுத்துக் கிடந்தாள். பிலோமி நேற்று இரவு தூங்கவில்லை. கண்ணெல்லாம் எரிச்சல். மேலெல்லாம் வலித்தது. கதவை வெறுமனே சாத்திவிட்டு படலிக் கதவைத் திறந்துகொண்டு தெருவுக்கு வந்தாள். தெருவில் மணல் தரையில் காலை வைத்ததும் சில்லென் றிருந்தது. இரவு முழுவதும் பெய்திருந்த பனியில் அந்தக் கடற்கரைப் பக்கமுள்ள தெருவே நனைந்து போயிருந்தது. எல்லா ஓட்டுக்கூரைகளும் பனியில் நனைந்திருந்தன. ஓடுகளெல்லாம் பளிச்சென்று சிவப்பாக இருந்தன. ஏழெட்டுக் கஜத்துக்கு அப்பால் ஒன்றுமே தெரியவில்லை. மஞ்சு நெடுக இறங்கி யிருந்தது.

கடற்கரையில் நிற்க முடியவில்லை. காற்று பலமாக அடித்துக்கொண்டிருந்தது. கடலுக்குள் வருகிற ஒன்றுமே தெரியவில்லை. ஒரே புகை மயமாக இருந்தது. தென்னந்தோப்புகளில் மட்டைகள் ஒன்றுடன் ஒன்று உராய்ந்து, யாரோ ஒரு பலவான் சிரிக்கிறதைப்போல இருந்தது

பிலோமி போவதற்கு முன்பே, அங்கே ஐசக்குடைய பெஞ்சாதி கேதரின் இருமிக்கொண்டே நின்றிருந்தாள். வேறு இரண்டு மூன்று பெண்களும், பிள்ளைகளும் நின்றுகொண்டிருப்பது தூரத்தில் அரைகுறையாய் தெரிந்தது. எல்லாத் தெருவிலிருந்தும் இப்படி வந்து நின்றுகொண்டுதான் இருப்பார்கள்.

ஆனால் பனி மூட்டம் எல்லோரையும் கவிந்துகொண்டிருந்தது. விடிந்து வெகு நேரம் ஆகியும் வெயில் தெரிய ஆரம்பிக்கவில்லை. கேதரினுக்குப் பக்கத்திலே போய் நின்றுகொண்டாள் பிலோமி.

அந்தக் கடல் இரைச்சலையும் மீறி, அவள் வயிற்றைப் பிடித்துக்கொண்டு இருமினாள். இருமி முடித்ததும் நிற்க முடியாமல், மீன் கூடையை மணலில் குப்புறக் கவிழ்த்திப் போட்டு அதன்மேலே உட்கார்ந்துகொண்டாள்.

"அக்கா ... எதுக்காவ இந்தப் பனியில் கடல் கரைக்கி வரணும்? ... அப்பிடி என்ன மீனுவளச் சொமந்து ஆக வேண்டிக்கெடக்கு? பொறந்த நாளு மொதல் மீனுவளச் சொமந்தும்தான் பாடு தீர இல்லயே! இந்தப் பனியிலே ஒடம்புக்கு முடியாமச் சொமக்கணுமாக்கும் ..." என்றாள் பிலோமி.

"எப்பிடியும் கருவாட்டுக்கு காயப்போட மீனு வேணுமில்லா? ... நா என்ன வயிறு தொறந்தவளா? புள்ளயக் கடலுக்கு அனுப்பி வக்யதுக்கு ..." மறுபடியும் கேதரின் இரும ஆரம்பித்துவிட்டாள்.

பிலோமிக்கு நேற்று நடந்தது ஞாபகம் வந்தது. அவளால் அவனை முழுசாகவும் வெறுக்கத் தெரியவில்லை. நேற்று நடந்ததன் மூலம் அவன் அவளுள் தவிர்க்க முடியாத பந்தத்தையே ஏற்படுத்திவிட்டதாக உணர்ந்தாள்.

தூரத்தில் கடலுக்குள், வெள்ளையான பறவைகளுடைய ஒற்றை இறகுகள் மட்டும் தண்ணீருக்கு மேலே மிதப்பதைப் போல, வல்லங்களுடைய பாய்கள் தெரிய ஆரம்பித்துவிட்டன. இப்போது வெயிலைக் கண்டு மஞ்சு விலக ஆரம்பித்திருந்தது. குச்சியால் கலக்கிவிட்டதுபோல, திட்டுத்திட்டாய் கலங்கிப் போய்க்கொண்டிருந்தது மஞ்சு. இரண்டு மூன்று மோட்டார் லாஞ்சிகள் கரையை நெருங்கிவிட்டிருந்தன. கேதரின் அந்த லாஞ்சிகள் வருகிறதையே வெறிக்கப் பார்த்திருந்தாள்.

முதலில் ஐசக்குடைய லாஞ்சிதான் வருகிறது. அலை இரைச்சலையும் மீறிக்கொண்டு மோட்டார் ஓடுகிற சத்தம் கேட்கிறது. பின்னால் போட்டியிட்டுக்கொண்டு 'கடல் பறவை' வருகிறது. அது சாமிதாஸுடைய அப்பாவுடையது. அந்த ஊரில் முதல்முதலாக வந்த லாஞ்சி அது. ஐசக்கினுடைய லாஞ்சிக்கு அவன், கேதரினுடைய பெயரையே இட்டிருந்தான். அந்த லாஞ்சியை அவன், கேதரினுக்கும் அவனுக்கும் கல்யாணமான புதுசில் வாங்கியிருந்தான். அப்போது அவன் கேதரின்மீது ரொம்பவும் பட்சமாக இருந்தான். அந்த லாஞ்சி வாங்கின அன்றைக்கு அவனும் கேதரினும் அதிலே ஏறி கடலுக்குள்

கொஞ்ச தூரம் போனார்கள். கேதரின், லாஞ்சி விளிம்பில் நின்றுகொண்டு, கரையில் நின்றிருந்த ஊர்க்காரர்களைப் பார்த்துச் சந்தோஷத்துடனே சிரித்துக்கொண்டு கைகளை ஆட்டினாள். அதெல்லாம் இப்போது ஒரு பழைய கதை. கேதரினே கூட அதையெல்லாம் மறந்துவிட்டாள். எப்போதாவது அதை நினைத்துக்கொண்டு அழுவாள். மீதி நேரங்களில் இருமுவாள். இல்லையென்றால் ஐசக்கிடம் அடியும் வசையும் வாங்கிக்கொண்டிருப்பாள். இப்போது அவளுடைய வாழ்க்கை இப்படித்தான் ஆகிவிட்டது.

ஐசக்குடைய லாஞ்சி மேலக்கரையோரமாகப் போய் நின்றது. வழக்கமாக வந்து நிற்கிற இடத்தில் நிற்கவில்லை. கேதரின் அலைகளை ஒட்டியே ஓடினாள். மணலுக்குள்ளிருந்த பாறை தடுக்கி விழுந்துவிட்டாள். தள்ளி நின்றுகொண்டிருந்த பறையப் பெண்கள் பெரிதாகச் சிரித்தார்கள். பிலோமி கூடையை மணலில் வீசிவிட்டு, கேதரினைத் தூக்க ஓடினாள். அதற்குள் வந்த ஒரு பெரிய அலை அவளை முழுதுமாக நனைத்துவிட்டுப் போனது. பிலோமி அவளைத் தூக்கினாள். கூடை அலை முனைப்பில் தண்ணீரில் மிதந்தது. கேதரினைத் தூக்கிவிட்டு விட்டு, தண்ணீரிருக்குள் இறங்கி கூடையைப் பிடித்தாள். ஐசக், லாஞ்சி விளிம்பில் நின்றுகொண்டு வேகமாகக் கைகளை ஆட்டிச் சத்தம் போட்டுக் கூப்பிட்டான்.

"ஏ ... தேவடியா ... சாவ மாட்டாமக் கடல் கரைக்கி எதுக்காவ வாரா? வெக்கமில்ல ... இவளுவ சிரிக்கும்படியா ஒரு பறைச்சி விழுவாளாக்கும்? ஓடியாடி கீர முண்ட ..."

கேதரின் பிலோமியிடம் கூடையை வாங்கிக்கொண்டு மெதுவாகத்தான் நடந்தாள். அவளுக்குக் கால் மூட்டில் அடிபட்டிருந்தது. பிலோமி சொன்னாள், "அக்கா மெதுவாட்டு போகட்டும் ... என்ன அவசரங் கொள்ள போகுது. அவருக்கு என்ன? எப்பயும் இப்படித்தாங் கத்துவாரு. மெதுவாட்டுப் போங்க அக்கா ..."

பிலோமி தன்னுடைய கூடை கிடந்த இடத்துக்கு வந்தாள். சுற்றிலும் நின்றுகொண்டிருந்த பறைச்சிகளுக்கு இன்னும் சிரிப்பு ஓய்ந்திருக்கவில்லை. ரொசாரியா பர்னாந்துவுடைய மூத்த மருமகள் ரூப்பி தன்னைச் சுற்றி நின்றிருந்தவர்களைப் பார்த்துச் சொன்னாள்.

"ஏட்டீயோ ... இந்தப் பெலோமிக் குட்டிக்க நெஞ்சுல இருக்க ஈரங்கூட பாவியோ ஓங்களுக்கு இல்லைட்டீயோ."

“ஆமாண்டீ, நீ எந்தப் பெய வல்லத்து மேலவாரானிட்டுப் பார்த்துக்கிட்டிருந்தா. அவ கேதரினு ஈஞ்சு நோஞ்ச மனுஷி வுளுந்திட்டானின்னு குட்டி தூக்கப் போயிருக்கா ...”

“நான் எதுக்காவத் தூக்கிவுடப் போணும். அந்தச் க்ஷயம் என்னயவும் ஒட்டிக்கிடுமே, அம்மாளு... பிலோமிக்க அக்காக்காரி இல்லியா அவ? என்ன இருந்தாலும் நாளயும் பின்னே அவன் வூட்டுக்குத்தான இவ போவப் போறா. சக்களத்திக்காரி கிட்டக் குட்டிக்கி எம்புட்டுப் பிரியமுங்கா...” என்றாள் சூப்பி, கண்களை அகல விரித்துக்கொண்டு.

பிலோமிக்கு ஆத்திரமாக ஏதாவது பேச வேண்டும்போல வந்தது. ஆனாலும் ஒன்றுஞ் சொல்லாமல் நின்றுகொண்டிருந்தாள். அவளுடைய பார்வை தூரத்தில் வருகிற நாட்டுப் படவுகளின் மீதும், வல்லங்கள் மீதும் நிலைத்து நின்றிருந்தது. கண்கள் கலங்கியிருந்தன.

கடற்கரையில் மீன் குத்தகைக்காரர்களின் கூட்டம் பெருகிவிட்டிருந்தது. சின்னப் பிள்ளைகள் இடுப்பில் ஒன்றுமில்லாமல் சிப்பிகள் பொறுக்கிக்கொண்டிருந்தன. எட்டு வயசாகிவிட்ட, நோவாவுடைய மகள் கிறிஸ்டி அம்மணமாய் சிப்பி பொறுக்கிக்கொண்டிருந்தது. அந்தக் குழந்தைகளுக்கு வயசை மீறிய வளர்ச்சி எப்போதுமே உண்டு. அவர்கள் கடல் அம்மையுடைய பிரியத்துக்குரியவர்கள். அந்தக் கடல்புரத்தில் எந்தக் குழந்தை பிறந்தாலும், எவ்வளவு பெரிய வீட்டில் பிறந்திருந்தாலும் அது முதலில் தன் அம்மையினுடைய முலையைச் சப்புவது கிடையாது. பூமியில் விழுந்ததும் அதனுடைய வாயில் உவர்ப்பான கடல் தண்ணீரைத்தான் ஊற்றுகிறார்கள். அந்தத் தண்ணீரானது ஆண் பிள்ளையானால் அவனுக்கு வலிய காற்றோடும், அலைகளோடும் போராட உரமளிக்கிறது. பெண் பிள்ளைகளுக்கு வாழ்க்கையில் எதிர்ப்படுகிற ஏமாற்றங்களையும், துக்கங்களையும் தாங்குவதற்கான மனதைரியத்தைக் கொடுக்கிறது. அவர்களுடைய வாழ்க்கை அநாதி காலந்தொட்டு கடலுடனே பின்னிப்பிணைந்து கிடக்கிறது. கடல் அம்மையை அவர்களுடைய சேசுவுக்கும், மரியாளுக்கும் சமமாகச் சேவிக்கிறார்கள். அவள் பதிலுக்குத் தன்னுடைய பெரிய மடியிலிருந்து மீன்களை வாரிவாரி அவர்களுக்கு வழங்குகிறாள். அவர்களுக்குள்ளே ஒருபோதும் ஒற்றுமை இருந்தது கிடையாது! அவர்களுடைய ஒழுக்கங்களும் சீரானதில்லை. எத்தனையோ சம்பவங்கள் – எல்லாவற்றையும் கடல் அம்மை சகித்திருக்கிறாள். ஏனென்றால் அவளுடைய பிள்ளைகளின்மீது அவள் கொண்டிருக்கிற பிரியம் அவ்வளவு. இந்தப் பிலோமிகூட நேற்று சாமிதாஸுடன்

படுத்திருக்கவில்லையா? அதற்காகக் கடல் அவளைப் பலி கொள்ளவில்லை. அந்தக் கடல் மிகவும் புனிதமானது. அவர்களுடைய குடியிருப்புகளோ அசுத்தமானவை.

வல்லங்களும், நாட்டுப்படவுகளும் லாஞ்சிகளும் கரைக்கு வந்து சேர்ந்துவிட்டன. கடல்கரை களை கட்டிவிட்டது. மீன் குத்தகைக்காரர்களும், மொத்த வியாபாரிகளும், கடன் கொடுத்திருந்தவர்களுமாகக் கூடியிருந்தார்கள். கடல் கரையில் அலைகளையும் மீறிக்கொண்டு கூச்சல் கேட்டது. பிள்ளைகள் சிதறு மீன்களைப் பொறுக்கிக்கொண்டிருந்தனர். ரொசாரியா பர்னாந்து தீமோத்தேயுடைய மகனைத் தன்னுடைய லாஞ்சியில் சிதறு மீன் பொறுக்கினதற்காக, முதுகில் ஓங்கி அறைந்துவிட்டான். அந்தப் பயல் ஏக்கந் தொனிக்க அழுதுகொண்டே தன் அப்பச்சியைத் தேடிப் போனான். அவனுக்கு அம்மை இல்லை. அவனுடைய அம்மை செத்துப்போய் இரண்டு வருஷங்கள் ஆகிவிட்டன.

அன்றைக்கு பௌர்ணமிக்கு முந்தின நாளாயிருந்தபடியால் கடலில் அலைகள் அதிகமாக இருந்தன. வழக்கத்தைவிட மிகவும் குறைவாகவே மீன்கள் கிடைத்திருந்தன. ஆனால் லாஞ்சிக்காரர்களுக்கு என்றைக்கும்போல மீன்களுக்குக் குறைவில்லை. சிலுவைப் பாறைக்குப் பக்கத்தில் அலைகள் அதிகமாக இருந்ததால் வல்லங்களும், நாட்டுப் படவுகளும் போக முடியாது. சுழல்கள் அந்தப் பக்கத்தில் அதிகமாக இருக்கும். அதைத் தாண்டிப் போய்விட்டால் கடல். குளம் மாதிரி ஆரவாரமின்றி அமைதியாகக் கிடக்கும். அந்தப் பகுதிதான் கடல் அம்மையுடைய பொக்கிஷம். அலைகளுள்ள நாட்களில் அங்கே போனால் இழுத்துச் சுருட்டிக்கொள்ளும். லாஞ்சிகள் எந்தக் காற்றையும் அலைகளையும் சமாளித்துச் சென்றுவிடுகின்றன. அன்றைக்கும் லாஞ்சிகள் சிலுவைப் பாறையைத் தாண்டிப்போய் மீன் பிடித்துவிட்டு வந்தன. ஆனால் வல்லங்கள் இந்தப் பக்கத்தில்தான் நின்றிருந்தன. எல்லோருக்கும் லாஞ்சி வாங்கக் கதியில்லை. அவர்களுக்குள்ளே லாஞ்சிகள் போட்டியாக வந்துவிட்டன. லாஞ்சிகள் வந்த நாள் முதலாகக் கடலில், கடலுடைய ஆர்ப்பரிப்பையும் மீறி, வல்லங்களுக்கும் லாஞ்சிகளுக்கும் சண்டையே நடக்கின்றன. இதனால் ஊருக்குள் கட்சியாகிவிட்டது. அமைதியாகச் சென்றுகொண்டிருந்த அவர்களுடைய வாழ்க்கையில் ஒரு மரு தோன்றிவிட்டது. வலிய லாஞ்சிகளோடு, வல்லங்களும் நாட்டுப் படவுகளும் போட்டியிட முடியவில்லை. அந்த ஆரவாரமிக்க கடலில் ஒன்றாகப் பாடிப்போய் வந்ததெல்லாம் பழைய

கதையாகிவிட்டது. இப்போது, எந்த வல்லத்துக்காரனாவது லாஞ்சிக்காரன் ஒருத்தனை நடு ஊருக்குள்ளே குத்திச் சாய்த்தாலும் ஆச்சரியமே இல்லை. அவ்வளவுக்கு அவர்களுக்குள் குரோதம் முளைவிட்டிருந்தது.

நசிவுற்ற வல்லத்துக்காரர்களும், நாட்டுப் படவுக்காரர்களும் குலசேகரப்பட்டினத்து சாயபுமார்களிடம் நிறையக் கடன்பட்டிருந் தனர். அந்தக் கடன்களை அவர்கள் ஒருபோதும் கொடுத்து முடித்ததில்லை. மீண்டும் மீண்டும் கடனாளியாகியிருந்தார்கள். கடலில் காற்றும் மழையும் அதிகமாகிக் கடலுக்குப்போக முடியாத காலங்களில் சாயபுமார்கள் வெற்றுத்தாளில் ஸ்டாம்பு ஒட்டிக் கையெழுத்து வாங்கிக்கொண்டு கடன் கொடுத்தார்கள். கடனுக்கு ஈடாக, பணத்துக்குப் பதிலாக தினந்தோறும் கடற்கரைக்கே வந்து மீன்களைக் கிரையம் போட்டுக்கொண்டு போனார்கள். மீன் குத்தகைக்காரர்களுடைய மீன் கிரையத்தைவிட, சாயபுகள் கால், அரை குறைத்தே கிரையம் போட்டு எடுத்துக்கொண்டார்கள். இதையெல்லாம் யாரும் கேட்டது கிடையாது. கேட்டால் அடுத்த தவணையில் பணம் கிடைக்காது என்பது அவர்களுக்குத் தெரிந்த விஷயம்.

குரூஸ் மிக்கேலுவுடைய வல்லத்தில் காற்றுக்கு விரிக்கிற துணிப்பாயில் நிறைய ஒட்டுப்போட்டிருந்தது. ஆனாலும் அவன் அதை விடவில்லை. அதையேதான் கடலில் காற்று வருகிற பக்கத்துக்கு எதிராகத் தள்ளிவிட்டு விரிக்கிறான்.

பழைய காயல் ஊரிலிருந்து வந்திருக்கிற அலெக்ஸிடம் புதிய வல்லமும், புது துணிப்பாயுமிருந்தது. அதனுடைய நிறம் ரோஜாப்பூவைப் போல இளஞ்சிவப்பானது. அவனுடைய வல்லத்துக்கு ‘பட்டு ரோசா’ என்றே பெயர் விட்டிருக்கிறான். சிலுவைக்கு குரூஸுடைய பழைய வல்லத்தை விட்டுவிட்டு அலெக்ஸுடைய புதிய வல்லத்தில் துடுப்புப் போட ஆசைதான். ஆனாலும் குரூஸ் மிக்கேலை விட்டுப் போக முடியவில்லை. ஒவ்வொரு நாளும் அவன் கடலிலிருந்து திரும்புகிற போதெல்லாம் குரூஸ் மிக்கேலிடம், ‘மொதலாளி, நா இன்னமே வேலயில இருந்து நின்னுக்கிடுதேன், உத்தரவு கொடுத்து சிலுவைய அனுப்பிச்சித் தரணும் . . .’ என்று கேட்க நினைக்கிறான். முடியவில்லை. இப்படியே எத்தனையோ நாட்களும், மாதங்களும் முடிந்து விட்டன. சிலுவையால் இன்னும் வேறு வல்லத்துக்குப் போக முடியவில்லை.

பிலோமி கூடையைத் தூக்கிக்கொண்டு வல்லத்துக்குப் பக்கமாய்ப் போனாள். சிலுவை கயிறுகளால் துடுப்பைச் சரிசெய்துகொண்டிருந்தான்.

“நீங்க அப்படிச் சொல்லக்கூடாது. இன்னக்கி மீனு ரொம்ப அனியாயமா கொறஞ்சு போச்சி. காத்துக்குள்ள போயித் திரும்பி வந்தது மரியா புண்ணியத்தாலங்க...”

பிலோமி, இவர்கள் பேசுகிறதொன்றையுங் கவனியாமல் கடலுக்குள் தூரமாய் நேரங்கழித்து வந்துகொண்டிருந்த வல்லத்தைப் பார்த்துக்கொண்டிருந்தாள், அது மட்டும் தனியே அலைகளில் ஆடிஆடி வந்துகொண்டிருந்தது அவளுடைய மனசை என்னவோ பண்ணிற்று. அது யாருடைய வல்லமென்று தெரியவில்லை. சாமிதாஸுடைய வெளிறிப்போன முகம் ஞாபகத்துக்கு வந்தது. பிலோமி உடம்பைக் குலுக்கிக்கொண்டாள்.

தரகனாரிடம் பேசி மீள முடியாது. குரூஸ்மிக்கேல் அவரிடம் தன்னுடைய மீனுக்குப் பெரிய விலைக்காக வாதாடினாலும் கடைசியில் அவர் கேட்ட விலைக்கேதான் கொடுக்க வேண்டியதுவரும். இதற்குக் காரணம் இல்லாமலில்லை. அவர் குரூசுவின் குடும்பத்துக்காக எவ்வளவோ செய்திருக்கிறார். அவரிடம் மீன்களை ஒப்படைக்கும்போது குரூஸ் இப்படிச் சொன்னான். “எல்லாம் போயிட்டு... இந்தக் கரைக்கி லாஞ்சிகள் வந்தது மொதல், வல்லங்கள் பொழக்யதும் போச்சி; பறையனுக்குள்ள நிம்மதியும் போச்சி” என்று சொல்லிவிட்டுத் தள்ளி நின்றிருந்த லாஞ்சிகளையே வெறுப்புடன் பார்த்தான். அங்கே இன்னும் மீன் பேரம் முடிந்திருக்கவில்லை.

தரகனார் சொன்னார். “லே, என்ன மக்கா! அம்புட்டு நைச்சியமா சொல்லுதா? நீயும் ஒருபொழுதில் லாஞ்சி வாங்கிப் போட மாட்டியா என்ன? ஒன்னோட அப்பச்சி போன வல்லத்து மேல எத்தனை நாளைக்குத்தான் கடலுக்குப் போவா? ஒன்னால முடியாமப் போனாலும் ஒன் பேரன்... இந்தப் பிலோமிச் சிறுக்கியோட மவன் லாஞ்சிலதான் கடலுக்குப் போவான். என்னோட பேரன் அவனுக்குத் தரகனா இரிப்பான்... காலங்கள் மாறிக்கிட்டில்லா இரிக்கி” என்று சொல்லிச் சிரித்துக்கொண்டே பிலோமியைப் பார்த்தார். அவள் கருவாட்டு மீன்களைப் பொறுக்கிக் கூடையில் போட்டுக்கொண்டிருந்தாள்.

“ஆமா... இப்பம் இவளுக்க மாப்புள்ளக்காரன் வாசல்லதான் நிக்யான், பேசுதீர சும்மா.”

“ஏட்டீ... பிலோமி இதென்ன ஒன் அப்பச்சி இப்படிச் சொல்லுதான்?” என்று அவளைப் பார்த்துக் கண்களைச் சிமிட்டினார்.

பிலோமி, குனிந்து மீன்களைப் பொறுக்கிப் போட்டுக் கொண்டிருந்தாள். மேலாக்கு விலகிச் சரிந்து, கீழே விழுந்து ஈர

மணலில் நனைந்துகொண்டிருந்தது. அவளுடைய செழித்த, கருத்த மார்பினுடைய ஸ்தனங்களும், ஜம்பருக்கு வெளியே தெரிந்த வெள்ளை பாடீசும் வல்லத்துக்குள் நின்றிருந்த சிலுவைக்கு ஆத்திரத்தைக் கிளப்பின.

“போங்க மாமா . . . அப்படியே கல்யாணம் கழிஞ்சு இந்தக் கடல் கரையில எந்தப் பொண்ணு நிம்மதியாட்டு வாழ்ந்திர முடியும்? கடல்ல பாடுகள் நிண்ட அன்னைக்கித்தா பறைச்சியோட பாடுகளும் தொலையும்... இதுல என்ன அட்டி?”

“அடேய்... எம் மருமவ பேசுததப் பாரேன். ஏட்டீ மக்கா, நீ ஏம் பறையக் குடியில் பொறந்தா? எம் வீட்டுல இருந்தீயன்னா ஒன்னய இப்படியா தவிக்க வுடுவேன்?”

“அதுக்கென்ன செய்யிது மாமா? அவ்வோ அவ்வோ தலவிதிப்படிக்கிதா நடக்கும். ஆனாலும் மாமாவுக்கு ஆச . . . கூடாத ஆச” எனறு தன்னை மறந்து சிரித்தாள். தரகனாரும் கூட விழுந்துவிழுந்து சிரித்தார். குரூசும், சிலுவையும் வல்லத்தைக் கரையில் தள்ளிக்கொண்டிருந்தார்கள். தரகனாரும் பிலோமியும் பேச ஆரம்பித்தால் ஒரே சிரிப்பாணியும், சந்தோஷமுமாகத்தான் பொழுது கழியும். பிலோமி மீன்களைப் பொறுக்கிப் போட்டுவிட்டுக் கீழே விழுந்து கிடந்த சேலைத் தலைப்பைத் தூக்கி மேலே போட்டாள். தரகனார் கேட்டார். “ஏட்டி... ஜம்பரு கழுத்த எதுக்காகவ இம்புட்டுக் கீழ வச்சிருக்கா? ஒன்னொட கெழட்டு மாமனுக்கே ஆச வருதேட்டீ. இது நீசர்கள் நெறஞ்ச கடல் கரையில்லா? இங்க இப்படித் தன்னய மறந்து நீ அலையுதா ...”

“மாமாவுக்குத்தான தொறந்து காம்பிச்சேன். வேற எவம் பாத்திர முடியும், இந்த பிலோமியோட உள்ளை. அதும் இது என்ன புதுப் பண்டமா? பொம்பளக்கி, அவனுவ வூட்டுப் பொம்பளக்கி உள்ள இதுதான..? ஆனாலும் மாமன் இன்னம இப்பிடியெல்லாங் கள்ளத்தனமா, அசத்து மறந்து இருக்யத எல்லாம் பார்க்கக் கூடாது. அப்புறம் மாமிகிட்ட சொல்லுவேன்...” என்று சொல்லிக்கொண்டே போனாள் பிலோமி.

“போக்கிலிப் பறையச்சி ...” என்று சொல்லிக்கொண்டே கையை ஓங்கினார் தரகனார்.

○○○

பிலோமி, வீட்டுக்குப் போகும்போது மனசு நிம்மதியாக இருந்தது. தரகனார் மாமாவிடம் பேசினாலே போதும். இந்த வாழ்க்கையும், வாழ்க்கையிலுள்ள கஷ்டங்களும் மிகவும் எளிதாகவும் நம்பிக்கையளிப்பதாகவும் ஆகிவிடும். தரகனார்

மாமாவை அவளுக்கு ரொம்பவும் பிடிக்கும். அவளுடைய பிரியமான ரஞ்சியைப்போல, இவர்களிடம் ஏதோ ஒரு வசியம் இருக்கிறது. அதைக்கொண்டு எல்லோரையும் இவர்களால் சந்தோஷப்படுத்த முடிகிறது. இது எல்லோரிடமும் இல்லை. அதுவும் அவளுடைய அம்மையிடம் இல்லவே இல்லை.

தரகனாரிடம் பேசினதில், நேற்று சாமிதாஸ் அவளிடம் நடந்துகொண்டதுகூட அவளைப் பாதிக்கவில்லை. இதைப் பற்றிக்கூட அவள் அவரிடம் பேசியிருக்கவில்லை. அவள் பேசியது மிகவும் சாதாரணமான விஷயங்கள்தான். ஆனாலும் எல்லாவற்றையுமே அவரோடு பேசித் தீர்த்துவிட்டது போல மனம் லேசாகியிருந்தது. ஆனாலும் அவள் இனி எச்சரிக்கையுடனிருப்பாள். 'வீட்டுக்கு ஒதுக்கமாகிற நாட்களை கவனமாகக் கணக்கு வைத்துக்கொள்ள வேண்டும்' என்று நினைத்தாள். அவளுக்கு சாமிதாஸ் மேலே இப்போதுகூட வெறுப்பு வரவில்லை. அவளுடைய முழு மனதாலும் அவனை இப்போதும் நேசித்தாள். அவளுக்கு அவன் மட்டிலுமே கிடைத்தால் போதும், எல்லாமே கிடைத்துவிட்ட மாதிரிதான். மனசிற்குள்ளாகவே பரமண்டல ஜெபம் சொல்லிக்கொண்டாள். மீண்டும் ஒரு புதியதான, சுந்தரமான, அவளும் சாமிதாஸும், ரஞ்சியையும் தரகனார் மாமாவையும் போன்றவர்கள் மட்டிலுமே சந்தோஷத்தைப் பிறருக்குத் தந்து, வாழுகிற பூமிக்குப் போய்விட்டதைப்போல இருந்தது. குதூகலத்துடன் படலிக் கதவைத் திறந்துகொண்டு வீட்டுக்குள் நுழைந்தாள்.

5

கிறிஸ்துமஸுக்கு இன்னும் ஒரு மாதமிருக்கிறது. பண்டியலுக்கான ஆயத்தங்களில் ஈடுபடுகிறது மரியம்மைக்குப் பிடித்தமான காரியம். உற்சாகத்தோடே இருப்பாள். பிலோமியைக்கூட அதிகமாய்த் திட்டமாட்டாள். இந்த வருஷம் கிருஸ்துமஸுக்கு எல்லோருமே – அக்காளும், அண்ணனும் – வருகிறதாக எழுதியிருந்தார்கள்.

அக்கா அடிக்கடி கடிதம் எழுதுகிறவளல்ல. அமலோற்பவத்திடமிருந்து கடிதம் வந்தால் பிலோமிக்கு அதைப் படித்துப் படித்துத் தீராது. அந்தக் கடிதம் நீலநிறக் கவரில் வந்திருந்தது. அன்றைக்கு பூராவும் அதை மறுபடியும் மறுபடியும் படித்தாள். ஆனாலும் அலுக்கவில்லை. அதிலே பிலோமியைப் பற்றி, அவளுடைய கல்யாணத்தைப் பற்றியெல்லாம் எழுதியிருந்தாள்.

வழக்கம்போல அந்த வருஷமும் பண்டியலுக்கு முன்னால் பனி இறங்க ஆரம்பித்துவிட்டது. அந்தப் பனிதானே பண்டியலைக் கொண்டு வருகிறது? பனியினூடே காலை பூஜைக்காக ஒலிக்கிற மணியோசையில் அவளுடைய மனசெல்லாம் நிறைந்துபோயிற்று. அநாதி தூரத்திலிருக்கிற சொர்க்கத்திலிருந்து வருகிற மாதிரி அந்த ஓசையை உணர்ந்தாள். அந்த டிசம்பர் மாதமே ஏதோ மாயம் செய்துவிடுகிறது. கிறிஸ்துமஸ் கோரல் சர்வீஸுக்காகப் பாடிப் பழகுகிற பள்ளிப்பிள்ளைகள் கூட்டங்கூட்டமாகக் காலை நேரங்களில் போய்வர ஆரம்பித்தார்கள். விவரம் தெரிந்த நாள் முதல் அவளுக்கு பண்டிகை பற்றிய ஞாபகம் இருக்கிறது

என்றாலும், ஒவ்வொரு வருஷமும் புதுசாகக் கொண்டாடுகிறது போலத்தான் இருக்கும். அந்த வருஷமும் பண்டியலுக்குத் துணிமணிகள் எடுக்க எல்லோருமே வேப்பங்காட்டூருக்குப் போய் வருவதாக முடிவாயிற்று. வேப்பங்காட்டூரிலிருந்து உடன்குடிக்கு ஒண்ணரை மைல்தான் இருக்கும். மரியம்மைக்கு அங்கே நல்ல சினிமா ஒன்று பார்க்க முடியும்.

சாமிதாஸ் அதற்கப்புறம்கூட ஒருநாள் அவளுடைய அம்மை வெளியில் போயிருந்தபோது வந்தான். அவளைக் கூட்டிக்கொண்டு கோயிலுக்குப் பின்புறமாக உள்ள தரகனார் தோப்புக்குப் போனான். அன்றைக்கு நடந்ததையே மறந்துவிட்டவனைப் போல் பேசினான். அவளுக்கும் அதைப்பற்றி மறுபடியும் பேசச் சம்மதமில்லை. அவள் அவனோட போகும்போது வழியில் அம்மை வர வேண்டும் என்று நினைத்தாள். அவளுக்கு அவனோடு போய் வாழ ஆசையாக இருந்தது. ஆனால் அம்மை வரவேயில்லை. அம்மை அன்றைக்கும் வாத்தி வீட்டுக்குத்தான் போயிருந்தாள். வாத்தியோடு இருந்தால் அவளுக்குப் பொழுது போவதே தெரியாது. வாத்திக்கும் அம்மைக்கும் ஒரே ஊர்தான்; புன்னக்காயல்தான்.

சாமிதாஸுக்குக் கல்யாணம் நிச்சயமான மாதிரிதான். உவரியூரில்தான் பெண் பார்த்திருந்தது. இதை அவனே அவளிடம் அந்தத் தோப்பில் வைத்துச் சொல்லிவிட்டு அவளையே பார்த்துக் கொண்டிருந்தான்.

பிலோமி வெகு நேரத்துக்குக் கடலினுடைய இரைச்சலையே கண்களை மூடிக் கேட்டுக்கொண்டிருந்தாள். கடைசியில் கண்ணீர் வந்துவிட்டது.

"இப்பம் எதுக்காவ அளுதா!"

"பறையச்சி அழப் பொறந்தவதான ... அழுதா அழுக வருது" என்றாள் மெதுவாக.

"நா ஒன்னய வுட்டுட்டு அந்த ஒவரியூருக்காரியத் தாலி கட்டுவேன்னு நெனக்கா, அப்படித்தான? ..."

"இல்ல ... நா அப்படி நெனக்கயில்ல ..."

"பின்ன ஏன் அழுதா?"

இதற்கு அவள் ஒன்றும் பதிலே சொல்லாமலிருந்தாள். ரெண்டு பேருமே அவர்களின் மனப்போக்கில் நினைத்துக் கொண்டிருந்தனர். கொஞ்ச நேரங் கழித்து தூரத்தில் தோப்புக்குள் மேய்ந்துகொண்டிருந்த தரகனாருடைய ஜாதிக் கோழிகளைப் பார்த்துக்கொண்டே பிலோமி சொன்னாள்.

“சாமி ... நாம நெனக்யபடி ஒண்ணுமில்ல, பொழுதாச்சு அம்மை, தேடுவா ... அப்பச்சி கடலுக்குப் போவும். நீங்களும் போவணுமில்லா? எந்திரியுங்க,” என்று அவனுடைய கையைப் பிடித்து இழுத்தாள். அவன் அவளுடைய சொல்லுக்குக் கீழ்ப்படிகிற ஒரு சின்னக் குழந்தையைப்போலே எழுந்து அவளுக்குப் பின்னாலே போனான். வரும்போது ரெண்டு பேரும் ஒன்றாக வந்தார்கள். அவளிடம் அவனால் ஒன்றும் பேச முடியவில்லை. அவள் ரொம்பப் பெரிய மனுஷியைப் போலே அவனை எழுப்பிவிட்டுத் தன் பின்னால் கூட்டிக்கொண்டு போனாள். அவன் எதையோ யோசித்துக்கொண்டு வருவதைப் பார்த்ததும் அவள்,

“என்ன தலையக் கவுந்துக்கிட்டு வாரீய . . . ஒங்க பிலோமிகிட்டக் கூடச் சொல்ல முடியாத ரகசியமா?”

“இல்ல ...”

“என்னயச் சொல்லிட்டு நீங்க எதுக்காகவ கவலப்படுதீய? ஒங்க மேல எனக்குச் சந்தேகம் இல்ல. என் மேலயும் ஒங்களுக்குச் சந்தேகம் இல்ல. எத்தனை காலம் ஆனா என்ன? நாம பிரியமாட்டு இருந்தத யாரு மறந்திர முடியும்? இந்த ரஞ்சியப் பாருங்க. அவ கல்யாணங் கழிஞ்சு போயியும் எங்க அண்ணன் செபஸ்திய மறந்துபோயிட்டாளா? இவந்தான் அவள மறந்தானா? ஒண்ணுமில்ல ... ஒலகம் இப்படித்தா இருக்கு. நா எதுக்கும் கவலப்படல்ல. நீங்க வந்து படலிக் கதவு கிட்டக்க வந்து நின்னு கூப்பிட்டாப் போதும். இந்த பெலோமி ஓடியாந்திருவா. கூப்பிடாமப் போனாலும் ஒங்கள நெனைச்சுகிட்டே சந்தோஷமாத்தான் இருப்பா. அம்புட்டுத்தான். ஆண்டவருக்கு சித்தம் வேணும். நா, வாரேன். சந்தோஷமாட்டுப் போங்க” என்று சொல்லிவிட்டு அவனுடைய முகத்தைப் பாராமல் தன்னுடைய வீட்டுப் புறவாசல் வழியாகப் போய்விட்டாள்.

சாமி கொஞ்ச நேரத்துக்கு, அவள் போகிறவரை பார்த்துக் கொண்டு நின்றுவிட்டு, கள்ளுக் கடையைப் பார்க்க நடந்தான்.

அவனிடம் தைரியசாலியைப்போல பேசிவிட்டு, அவள் கிணற்றுச் சுவர் மேல் உட்கார்ந்துகொண்டு குலுங்கிக் குலுங்கி அழுதாள்.

தாத்தாவோடு சின்ன பிள்ளையாயிருக்கையில் கடல் கரையில் சங்குகளும் சிப்பிகளும் பொறுக்கித் திரிந்த நாட்களை யெல்லாம் ஏக்கத்தோடு நினைத்துப் பார்த்தாள்.

வாசலில் அப்பச்சி கூப்பிடுகிற சத்தங் கேட்டு கண்ணீரைத் துடைத்துக்கொண்டு போனாள்.

○○○

அன்றைக்குச் சாயந்திரம் ரஞ்சி வந்தாள். ஊருக்குப் போவதைப் பற்றிச் சொல்லிவிட்டுப் போக வந்தாள். ரஞ்சி பிலோமி வீட்டுக்கு வந்தால் வழக்கமாக உட்காருகிற கிணற்றடியிலேதான் உட்கார்ந்தாள்.

ஸ்நேகிதம் என்றால் அது எவ்வளவு பெரியது. அதற்கு வயசு என்று ஒன்று உண்டா என்ன? ரஞ்சியுடைய மடியில் உரிமையுடன் பிலோமி தலைவைத்துப் படுத்துக்கொண்டாள். அவர்களுடைய பேச்சில் சோகம் இருந்தது. பிரிவு இருந்தது. சந்தோஷம் இருந்தது. நீண்ட நாட்களுக்குப் பின்னால் சந்தித்துக் கொள்கிறபோது இருக்கிற தவிப்பும் இருந்தது. அப்படியே ரஞ்சியுடைய மடியில் படுத்திருந்தாலே போதும்போல இருந்தது. ரஞ்சிக்கு ஏன் கல்யாணமானது? அவள் கூடக் கல்யாணம் ஆகிப் பிரிந்து போக வேண்டுமா?

சாமிதாஸைப் பற்றியும் அவளிடம் சொன்னாள். ரஞ்சி பிலோமியுடைய முகத்தை நோக்கி நெருக்கமாகக் குனிந்து கொண்டு, அவள் சொன்னதைக் கேட்டாள். பின்பு பெருமூச்சுடன் சொன்னாள்.

“பிலோமிக்கு எல்லாம் புதுசா இருக்கு. எனக்கு எல்லாம் பழகியாச்சு. ஒனக்குத் தெரியாதா? உனக்க அண்ணங்கிட்ட நா எம்புட்டு பிரியமாட்டு இருந்தேனிட்டு… ஒலகத்துல பொம்பள அழப் பொறந்தவ. அதும் இந்தப் பரையச்சி அழுதா கடலே வத்தியிரும். இப்ப எனக்கு எல்லாம் வேடிக்கையாட்டு தோணுது. இதெல்லா என்ன பிரியங்களும், பாசங்களும்? ஒண்ணும் நெசமில்ல. அவிய எம் மேல இருக்க மாதிரி என்னால அவிய மேல பிரியமாட்டு இருக்க முடியல்ல. ஒருத்தரால ஒருத்தரு மேலதா ரொம்ப உயிராட்டு இருக்க முடியும்… நா இப்ப ஆரு மேலேயும் பிரியமாட்டு இல்ல. எல்லாத்தயும் ஒனக்க அண்ணனே என்னய ஏமாத்தி வாங்கிட்டுப் போயிட்டாவ. பிலோமிக்கி இதெல்லாம் புதுசா இருக்கும். எல்லாத்தையும் மனசுக்குள்ள போட்டு அவிச்சிரணும். இன்னும் எவ்வளவு நா வாழ்ந்திரப் போறோம்ங்கா… மனச அலைய வுடாத” என்றாள்.

பிலோமி பேசாமலிருந்தாள். ரெண்டு பேருமே ரொம்ப நேரத்துக்கு மௌனமாக இருந்தார்கள். அந்த மௌனத்தை ரெண்டு பேருமே விரும்பினார்கள். அவர்களுடைய மௌனம் அந்த நேரத்தில் ரொம்ப அர்த்தத்துடனிருந்தது.

ரஞ்சிதான் அதைக் கலைத்தாள்.

“பிலோமி, அப்ப நா வரட்டா? பண்டியலுக்கு வரணும்ணிட்டு இருக்கேன். வந்தாலும் இங்க ரெண்டு நாளைக்கி மேல இருக்க முடியல. அவியளுக்கு நா இல்லாட்டா ஒண்ணும் ஓட மாட்டங்கு. அப்பிடியொரு சுபாவமுள்ளவுக... ஒண்ணையும் நெனைச்சு கவலைப்படாதே. எல்லாம் சீக்கிரமாட்டு மறந்திரும், மறக்கவரைக்கும் ரொம்பக் கஸ்டமாத்தா இருக்கும். ஆனா நீ மறந்திருவ. சந்தோஷமா இரி. நா பண்டியலுக்கு வந்தா வரேன்... வரட்டா?”

ரஞ்சியுடன் தெருவரைக்கும் பிலோமி போனாள். அவள் தன்னுடைய தெருவுக்குத் திரும்புகிற வரையிலும் கண் கலங்கப் பார்த்துக்கொண்டே இருந்தாள். ரஞ்சிதான் அவளுடைய மனசில் எவ்வளவு உயரத்திலிருக்கிறாள். அவளை நினைக்கையில் ரொம்பவும் பெருமையாகக்கூட இருந்தது பிலோமிக்கு.

வீட்டுக்குள் நுழைந்தபோது மனசே இல்லாததுபோல இருந்தது பிலோமிக்கு.

ooo

ரஞ்சி சொன்னதுபோல அவளால் அவ்வளவு லேசாகத் தன்னையே ஏமாற்றிக்கொள்ள முடியவில்லை. மறுநாள் காலையில் அவள் கடலுக்குப் போக எழுந்திருக்கவில்லை. மரியம்மை வழக்கமாக வெகு நேரம் கழித்துத்தான் விழிப்பாள். புறவாசல் வழியாக வெயில்கூட உள்ளே வீட்டினுள் வந்துவிட்டது. வெயில் பட்டுத்தான் மரியம்மையே தூக்கம் விழித்தாள். அதற்குள் குருசும், சிலுவையும் கடலிலிருந்து வந்துவிட்டார்கள். பிலோமி கடலுக்குப் போகாததற்காக முணுமுணுத்துக்கொண்டேயிருந்தாள் மரியம்மை.

பிலோமிக்கானால் எதுவுமே காதில் விழவில்லை. கடலினுடைய இரைச்சலைத் தவிர உடம்பு தீயாகச் சுட்டது.

நாலைந்து நாட்களுக்கு ஒன்றும் வேண்டாமல் படுத்து விட்டாள் பிலோமி. நடுவே ஒரு நாள் தரகனார் வீட்டுக்கே வந்துவிட்டார். வந்தவர் அவளுடைய அம்மையையும் அப்பச்சியையும் தாறுமாறாகத் திட்டினார். பிலோமியுடைய உதடுகளின் மேல் தோல் உரிந்துவிட்டது. தலையில் எண்ணையே படாமல் முடிகளெல்லாம் சிலுப்பிக்கொண்டிருந்தன. மிகவும் மெலிந்து கிடந்தாள். தரகனார் தன்னுடைய தோப்பு வீட்டிற்குப் போய் வேலையாளிடம் ஒரு பாட்டிலில் சொட்டு மருந்து கொடுத்துவிட்டார்.

குரூஸ்மிக்கேல் ரொம்ப அமைதியாக இருந்தான். ஆனால் சாயந்திரங்களில் ஐசக்குடன் குடிக்கப் போகாமலிருக்கவில்லை. குடித்துவிட்டு வந்து படுக்கையில் கிடக்கிற பிலோமியின் பக்கத்தில் உட்கார்ந்துகொண்டு அவளையே வெறிக்கப் பார்த்துக்கொண்டே இருந்தான். அவனுக்குத் தன்னுடைய பிள்ளைகளிலேயே அவள் மீதுதான் மனசுக்குள் அளவு கடந்த பாசம் இருந்தது. அது அவனுடைய கடலைப்போல பெரியது. ஆழமானது. அதை அவன் ஒருபோதும் வெளியே காட்டமாட்டான். இப்போதுகூடப் பேசாமல் தான் அவளையே பக்கத்திலிருந்து பார்த்துக்கொண்டிருந்தான். அவனுடைய பாசம் அப்படிப்பட்டது. அவன் இரண்டு நாட்களாக கடலுக்குப் போகவில்லை. ஐசக்கும் அவனும் ஒன்றாகப் போய்க் குடித்தது போதாதென்று தானும் இடையிடையே குடித்தான். குடித்துவிட்டு பிலோமியினருகே உட்கார்ந்திருந்தான். மரியம்மைக்கு எதுவும் லட்சியமில்லை. அவளுடைய சாயங்காலப் பொழுதுகளை வாத்தியார் வீட்டில்தான் கழித்து வத்தாள். ஒரு நாள் மரியம்மை வெகு நேரங் கழித்து இரவில் வீட்டுக்கு வந்தாள். குரூஸ்மிக்கேல் இவ்வளவு நாளும் காட்டாத தன்னுடைய கோபத்தை அன்று அவளிடம் காட்டினான். செம்மையாக உதைத்துத் தள்ளினான். மரியம்மை அன்று இரவு ஐசக்குடைய வீட்டில் போய் வெகு நேரம் அழுதுகொண்டிருந்துவிட்டுத் தூங்கிப்போனாள்.

தரகனாருடைய சொட்டு மருந்துக்கெல்லாம் காய்ச்சல் இறங்கவில்லை. கடைசியில் ஒரு வாரத்துக்குப் பின்னால் குலசேகரப்பட்டினத்து பெரிய டாக்டர் வந்து பார்த்த பிறகுதான் டைபாய்டு என்று தெரிந்தது.

இடையே ஒரு ஞாயிற்றுக்கிழமையில் செபஸ்தி வந்து பார்த்துவிட்டுப் போனான். அமலோற்பவ அக்காவுக்கு வர முடியவில்லை. கடிதம் எழுதியிருந்தாள். வீட்டில் மருந்துச் செலவுக்கும் சாப்பாட்டுக்கும்கூடத் திண்டாட்டம் வந்துவிட்டது. குருசு கடலுக்குப் போவதில்லை என்றான பின்பு சிலுவை மட்டுமே வல்லத்தில் பக்கத்தில் போய் வந்தான். அவன் கொண்டு வந்த மீன்கள் ரொம்பவும் குறைச்சல். தரகனார் ஈட்டு மீன்களை எடுத்துக்கொள்ள மாட்டேன் என்று சொல்லிவிட்டார். அந்த மீன்களுக்கு ஒரு கிரையம் போட்டு, பணத்தைச் சிலுவையிடம் கொடுத்து, அதை குருசுவிடம் கொடுக்கச் சொன்னார். தரகனாருக்கு ரொம்ப இளகிய மனசு, பிலோமியிடம் தனியான பிரியமும்கூட.

டைபாய்டு காய்ச்சல் என்று தெரிந்ததும் மரியம்மை கூட தன்னுடைய சாயங்கால சுகத்தை மறந்து வீட்டிலேயே இருக்க

ஆரம்பித்துவிட்டாள். அவளுடைய மனசிலும் தாயன்பு சுரந்தது. பாதிரியை அவளே கூட்டிக்கொண்டு வந்து ஜெபம் செய்யச் சொன்னாள். ஒருநாள் சாயங்காலத்தில் குரூஸ் வெளியே போயிருந்தபோது அவளுடைய பிரியமான வாத்தி வந்தார். பிலோமிக்குப் பக்கத்தில் உட்கார்ந்து அவளுடைய கைகளை எடுத்து தன் மடியில் போட்டுக்கொண்டார். பிலோமியால் கண்களைச் சரியாக விழித்துப் பார்க்க முடியவில்லை. ஆனாலும் அவருடைய பிரியத்தை அவர் கைகளில் அவளால் உணர முடிந்தது. மரியம்மை அவர் முகத்தையே பார்த்திருந்தாள். பின்னர் காபி போட்டுக் கொடுத்தாள். யாரும் பேசாமலேயே தங்களுடைய அந்நியோன்யத்தையும் உறவுகளையும் சொல்லிக்கொண்டிருந்தார்கள். பிலோமிக்கு அப்போதே செத்துப் போக வேண்டும்போல இருந்தது.

ooo

பிலோமி துரும்பாக மாறிவிட்டிருந்தாள். கன்னங்களிலுள்ள சதைப் பகுதிகளெல்லாம் ஒட்டிப் போய்விட்டன. அவளுடைய சட்டைகளே அவளுக்குத் 'தொள தொள'வென்றாகிவிட்டது.

டைபாய்டு அவளுடைய உடம்பை மட்டும் மாற்றவில்லை. அவளுடைய மனசையும் மாற்றிவிட்டிருந்தது. இப்போது அவளுக்குள்ளே ஒரு விவேகமான பெண், எல்லாவற்றையும் பற்றற்றுப் பார்க்கத் தெரிந்துகொண்ட ஒரு பெண் உருவாகி யிருந்தாள். அவள் படுத்திருந்தபடியே பொழுது போகாமல் சதாவும் யோசனை செய்துகொண்டே இருந்தாள். தன்னுடைய வாழ்க்கை, கடந்துபோன காலங்கள், சுற்றியுள்ள மனிதர்கள் எல்லாவற்றையும் பற்றி நிறையவே யோசித்திருந்தாள். ஒரு அசாதாரணமான தெளிவுகூட அவளுள் ஏற்பட்டிருந்தது. எதைப் பற்றியும் நினைக்காத காலத்தில் கடலினுடைய இரைச்சலைக் கேட்டாள். அது அவளுள் சாந்தியை நிலவச் செய்தது. மொத்தத்தில் அவளுக்குக் காய்ச்சல் வந்தது மிகவும் நல்லதாகப் போயிற்று. வாழ்க்கையை உள்ளது உள்ளபடியே உணர முடிந்தது அவளால். எல்லாவற்றுக்கும் மேலாக அந்தப் பேதைப் பெண் சாமிதாஸைக்கூட மறக்க ஆரம்பித்திருந்தாள். நிஜ வாழ்க்கையில் வெறும் உணர்ச்சிகளுக்கு இடமில்லை என்பதை அவள் எப்படியோ தெரிந்துகொண்டுவிட்டாள். இதையெல்லாம் ரஞ்சி கேட்டால் எவ்வளவாய் சந்தோஷப்படுவாள்.

பண்டியலுக்கு இரண்டு நாட்களுக்கு முன்னால் வேப்பங் காட்டூரிலிருந்து செபஸ்தியும், அக்கா அமலோற்பவ மேரியும் குடும்பத்துடன் வந்திருந்தார்கள். மரியம்மைக்கு அந்த வருஷம் உடன்குடியில் ஜவுளி எடுக்க முடியாமல் ஆகிவிட்டதில்

உள்ளூரக் கொஞ்சம் வருத்தம்தான். பண்டியலுக்கு முன் தினம்தான் பிலோமிக்குத் தலைக்குத் தண்ணீர் விட்டார்கள். அக்கா அமலோற்பவம் தான் அவளைக் குளிப்பாட்டினாள். வேப்பிலைகள் மிதந்த மஞ்சள் தண்ணீரை அவள் பிலோமியுடைய தலையில் ஊற்றும்போது அக்காவுடைய அன்பைப் பூரணமாக உணர்ந்தாள். தலைக்குத் தண்ணீர் விடுகிற அன்று தரகனார்கூட வந்திருந்தார். அவருக்கு பிலோமி படுக்கையிலிருந்து எழுந்ததில் சந்தோஷம் பிடிபடவில்லை. அவர் ஆத்தங்கரைப் பள்ளிவாசலுக்கு பிலோமிக்காக நேர்ச்சை செய்கிறதாக வேண்டியிருந்தார். 'நம்ம கையில என்ன இரிக்கி? எல்லாம் அல்லாஹ் மனசு வக்யணும்' என்று சொல்லிவிட்டுப் போனார். குரூஸ் மிக்கேல் ஞாபகமாக அவரையும் பண்டியலுக்குக் கூப்பிட்டிருந்தான். பிலோமிக்காக அவன் நிறையக் கடன் வாங்கி இருந்தாலும் உள்ளுக்குள் ஒரு சந்தோஷமிருந்தது அவனுக்கு.

பண்டியலுக்குத் துணிமணிகளை செபஸ்தியும், அமலோற்பவமும் போட்டி போட்டுக்கொண்டு வாங்கி யிருந்தார்கள். பிலோமிதான் மிகவும் மெலிந்துவிட்டாள். செபஸ்தி வீட்டுப் பொடியன்கள் ரெண்டு பேரும் மூங்கில் பிளாச்சுக்களினாலே நட்சத்திரங்களும் விளக்குகளும் செய்வதில் உற்சாகத்துடன் முனைந்திருந்தார்கள். பிலோமிக்கு ஒன்றும் வேலையில்லை. தன்னுடைய மருமகப் பிள்ளைகளுடைய கைவேலைகளைப் பார்த்துக்கொண்டே அவர்களுக்காகச் சின்னச்சின்ன உதவிகள் செய்துகொடுத்தாள். அமலோற்பவ அக்காவுடைய மகள் மெர்ஸி அவளுடைய பூஞ்சையான மடியில், படுத்துத் தூங்கிப் போனாள். வாழ்க்கையில் பல விஷயங்களைச் சொல்லி வெளியிட முடியாத நளினங்கள் உண்டு. அவை அனுபவத்தால் மட்டுமே உணர முடிகிறவை. பிலோமி மிகுந்த சந்தோஷத்துடனே இருந்தாள். வாழ்க்கை சந்தோஷமானதாக இல்லாவிட்டாலும் அது சந்தோஷமானதுதான் என்று நம்புவதற்குத் தயாராகிவிட்டாள்.

செபஸ்திக்கு அன்றைக்கு முழுவதும் நிறைய வேலையிருந்தது. பண்டியலுக்காகப் பலகாரங்கள் செய்ய சாமான்கள் வாங்க அவனும் அமலோற்பவத்துடைய மாப்பிள்ளையும் போனவர்கள் மத்தியானத்துக்கு மேலேதான் திரும்பி வந்தார்கள். செபஸ்தியுடைய பையன்கள் ரெண்டு பேரும் முரண்டு பிடித்துக்கொண்டு அவர்களுடன் கடைக்குப் போயிருந்தனர். செபஸ்தியுடைய பொஞ்சாதி நடுவூட்டில் பாயில் இருந்துகொண்டு புஸ்தகம் படித்துக்கொண்டிருந்தாள். அவள் அசலூருக்குப் போனால் வேலைகள் செய்து பழக்கமிராதவள்.

பிலோமிடைய உடம்பில் டைபாய்டு காய்ச்சலினால் சொல்ல முடியாத ஒரு அழகு கூடியிருந்தது. அது காய்ச்சல் வந்து போனால் மட்டுமே பெற முடிகிற அபூர்வமான அழகு. இவ்வளவு நாளும் வெளியே வந்திராத பிலோமி வெளியே திண்ணையில் உட்கார்ந்துகொண்டு ஒரு புது ஊரைப் பார்க்கிறதுபோல தெருவையும், எதிர்த்த வரிசையிலுள்ள வீடுகளையும் பார்த்தாள். மெதுவாக நடந்து தெருவுக்குப் போய் நின்றுகொண்டு இரண்டு பக்கங்களிலும் திரும்பிப் பார்த்தாள். ஊர் ரொம்பவும் மாறியிருக்கிறதுபோல இருந்தது. அந்தத் தோற்றம் அவளுக்கு ஆச்சரியத்தையும், ரொம்பவும் புதுசான சந்தோஷத்தையும் கொடுத்தது. இது எப்படி என்று புரியாமலே அதை அனுபவித்தாள்.

ஐசக்குடைய வீட்டிலிருந்து வழக்கம்போல அவனுடைய குரல்தான் உரத்துக் கேட்டுக்கொண்டிருந்தது.

அன்றைக்கு இரவு குரூஸுவுடைய வீடு ரொம்பவும் சந்தோஷமாக இருந்தது. வர்ணக் காகிதங்கள் ஒட்டப்பட்ட 'ஸ்டார் லைட்' டை சாயந்திரம்போல சிலுவை வந்து வீட்டுக்கு முன்னுள்ள கருவை மரத்தில் கட்டித் தொங்கவிட்டுப் போயிருந்தான். அந்த விளக்கிலிருந்து வர்ண ஒளி நாலாபுறமும் சிதறி விழுந்தது. அதன் ஒரு துணுக்கை நடுவீடு வரை வந்து விழுந்திருந்தது. குரூஸ் மிக்கேல் அளவோடு குடித்துவிட்டு வந்திருந்தான். வீட்டில் பெரியவர்கள் யாரும் தூங்கவில்லை. விழிப்பு ஜெபத்துக்குப் போவதற்காகத் தூங்காமலே இருந்தார்கள். பெண்களுக்கெல்லாம் அதுவரையிலும் வேலையிருந்தது. செபஸ்தியும் அமலோற்பவத்துடைய மாப்பிள்ளையும் நடுவூட்டில் ஜன்னல் ஓரமாய் படுத்துவிட்டார்கள். வேலை செய்து களைத்துப் போய் உறங்குகிற ஆண்களுடைய அழகு அவர்களுடைய முகத்திலும் கூடி இருந்தது. குழந்தைகளை எல்லாம் பெரிய ஜமுக்காளம் விரித்துப் படுக்க வைத்திருந்தார்கள். மெர்ஸி படுக்கையில் மூத்திரம் பெய்வாளென்று அவளை மட்டும் ஒரு ஓரமாய் போட்டிருந்தது. செபஸ்தி சத்தம் போட்டதன் பேரில் அவளுடைய பொஞ்சாதிகூட மரியம்மையுடனும் அமலோற்பவத்துடனும் கூடமாட இருந்து உதவிகள் செய்தாள். பிலோமியை அவர்கள் யாரும் ஒன்றுஞ் செய்ய விடவில்லை.

கிறிஸ்துமஸுடன் பனியும் வந்துவிடுகிறது. கிறிஸ்துமஸ் பண்டிகைக்கு அழகைத் தருவதே இந்தப் பனிதான். பனியினூடே கிறிஸ்துமஸ் ஆராதனைக்குப் போகிறதும், பனியைப்

பிளந்துகொண்டு கேட்கிற கோயில் மணியோசையும் எவ்வளவு அழகாயிருக்கின்றன.

பள்ளிக்கூடத்து கேரல் சர்வீஸில் பாடுகிற பையன்களும் வாத்திமார்களும் இயேசுவுடைய கதையைப் பாடிக்கொண்டு வந்துகொண்டிருந்தார்கள். பெரிய வாத்தி சாமுவேல் ஜெபராஜுவுடைய குரல்தான் எம்பிக் கேட்டது. முன்னால் ஒரு சின்னப்பையன் பெட்ரோமாக்ஸ் லைட்டைத் தூக்கிக்கொண்டு வந்தான். அவன் ரொசாரியாவுடைய பேரன். ரொசாரியாவுக்கு தன் பேரன் கேரல் சர்வீஸில் பாடப் போகிறதைப்பற்றி ஏற்கனவே ஊரில் பலரிடம் சொல்லி வந்திருக்கிறான். ஆனால் அந்தப் பையன் பாடிக்கொண்டே பெட்ரோமாக்ஸ் லைட்டையும் தூக்கிக் கொண்டு வரவேண்டியதாகிவிட்டது. சின்னப் பையனுக்கு மிகப் பெரிய பொறுப்புதான் அது.

பிலோமி ஓடிவந்து தெருவில் கேரல் சர்வீஸ் போகிறதைப் பார்த்துவிட்டு உள்ளே போய் குழந்தைகளையெல்லாம் எழுப்பினாள். எல்லாம் அரைகுறை விழிப்புடன் கண்களைக் கசக்கிக்கொண்டு அவள் பின்னே போயின.

குரூஸ்மிக்கேல் பிலோமியைக் கண்டித்துக்கொண்டான்.

"ம்... சின்னப் புள்ளயள எதுக்காவ பனிக்குள்ள எழுப்புதா?... அவிய ஊருகள்ல பாத்தறியாத சர்வீஸா?" என்றான்.

செபஸ்தியுடைய மூத்த பையன் வீட்டு முன்னாலுள்ள வேலிக் கருவை மரத்தில் கட்டியிருந்த ஸ்டார்லைட்டை மற்றப் பிள்ளைகளிடம் பெருமையுடன் காட்டினான். கேரல் சர்வீஸ் போன பிறகு அந்தப் பிள்ளைகள் தூங்கவில்லை. திண்ணையில் மங்கலான வெளிச்சத்தில் பிலோமியைச் சுற்றி வட்டமாக உட்கார்ந்து கொண்டு சினிமா கதை கேட்க ஆரம்பித்துவிட்டனர்.

பதினொன்ரரை மணிக்கு எல்லோரும் கிறிஸ்துமஸ் ஆராதனைக்குப் புறப்பட்டார்கள். கோயிலில் குலசேகரப்பட்டினத்தூரிலிருந்து வந்திருந்த ரேடியோ கிறிஸ்துவ கீதங்களைப் பாடிக்கொண்டிருந்தது லேசாகக் கேட்டது. தெருவில் போகும் அந்தப் பிள்ளைகளுக்குள் யார் பிலோமியுடைய கைகளைப் பிடித்துக்கொண்டு போவது என்பதில் சிறு சச்சரவு மூண்டது. அமலோற்பவத்துடைய புருஷன் தன் பிள்ளைகளைப் பார்த்துச் சத்தம் போட்டான். அதிலே ஆசீர் மட்டும் அரைகுறை மனதுடன் தன் அப்பச்சியுடைய கையைப் பிடித்துக்கொண்டான். மெர்ஸி கேட்கவில்லை. அவள் பிலோமியுடைய கையைத்தான் பிடிப்பேன் என்றாள். குரூசு தன் கைகளைப் பிடித்துக்கொள்ளும்படி கேட்டும்கூட அதை ஒரு

பிள்ளைகளாவது கேட்கவில்லை. பெரியவர்கள் சந்தோஷத்துடன், அவர்கள் போக்கிலே போகட்டுமென்று விட்டுவிட்டார்கள். பிலோமி அந்தக் குழந்தைகளுடைய அன்பின் பரிசுத்தத்தில் பேச முடியாமல் திணறினாள். அவளுக்குக் கண்ணீர் வந்தது. தன்னுடைய வாழ்நாள் இந்தப் பிள்ளைகளோட கழிந்து போகாதா என்று நினைத்தாள். மரியம்மை, அமலோற்பவம், பிலோமி, செபஸ்தியினுடைய பொஞ்சாதி இவர்களின் பின்னே ஆண் பிள்ளைகள் மூன்று பேரும் வந்தார்கள். ரஞ்சியுடைய வீட்டுக்குக் கொஞ்ச தூரத்தில் வரும்போதே, ரஞ்சி திண்ணையில் நின்று தெருவைப் பார்த்துக்கொண்டிருந்தது தெரிந்தது. இவர்கள் வருகிறதைக் கண்டதும் அவள் உள்ளே வேகமாக ஓடிப்போனாள். கொஞ்ச நேரத்தில் தன் புருஷன் பின்னே வர அவள் தெருவில் இறங்கி இவர்களுக்காக நின்றாள். பிலோமி ஓடி வந்து அவளுடைய கழுத்தைக் கட்டிக்கொண்டாள். ரஞ்சியுடைய புருஷனும் பிலோமி வீட்டாருடன் சேர்ந்துகொண்டான்.

6

அன்றைக்குச் சாயந்தரமே அமலோற்பவம் தன் பிள்ளைகளுடனும் புருஷனுடனும் ஊருக்குப் புறப்பட்டுப் போய்விட்டாள். செபஸ்தியும் அவன் குடும்பத்தாரும் மறுநாளைக்குப் போவதாக இருந்தது.

கிறிஸ்துமஸ் அன்று யாரும் கடலுக்குப் போகமாட்டார்கள். மத்தியானச் சாப்பாட்டிற்கு அழைத்திருந்த தரகனார் சாயந்தரம் வரை எல்லோருடனும் அவர்களுடைய குடும்பத்திலே ஒருத்தரைப்போலக் கலந்து பேசிக்கொண்டிருந்தார். யாருடைய வீட்டுக்குப் போனாலும் தரகனாரால் அந்த வீட்டாருடன் இரண்டறக் கலந்துவிட முடியும். அவர் யாருக்கும் அந்நியரல்லர்.

சிலுவை வந்து தன்னுடைய முதலாளியிடம் பரிசுப் பணமும், வேட்டி துண்டு, பலகாரங்களும் வாங்கிக்கொண்டு போனான். அவனோடு கூட அவனுடைய பையனும் வந்திருந்தான். தரகனார் அந்தப் பயலுக்கு பத்து பைசா கொடுத்தார். அதுதான் அவனுக்கு, அந்த வீட்டில் சாப்பிட்ட பலகாரங் களைக் காட்டிலும் சந்தோஷத்தைக் கொடுத்தது. குரூஸ் வழக்கத்தைவிடவும் அதிகமாகவே குடித்திருந்தானெனினும் அவனால் நிதானமாகவும் இருக்க முடிந்தது. தரகனார் அவனிடம், லாஞ் சிக்காகக் கடன் தருவதாகச் சொன்னார். மீதிப் பணத்துக்கு அவன் சர்க்காருக்கு மனுப்போட்டு வாங்க வேண்டும் என்று யோசனையும் சொன்னார். குரூசுவுக்கு இதைக் கேட்டதும் ரொம்ப யோசனையாக இருந்தது. அவனால் அவனுடைய வல்லத்தை விற்கிறதென்பது எந்தக் காலத்திலும்

கூடாத காரியம். அவனுடைய ஆயுளுக்குப் பின்னால் நடப்பதைப் பற்றி அவன் இப்போதே கவலைப்படத் தயாராயில்லை. ஆனாலும் தரகனாருடைய பேச்சை உடனே மறுத்துச் சொல்ல அவனால் முடியவில்லை.

“மக்கா, நீ நல்லா ரோசனை பண்ணிச் சொல்லு. இப்பம் என்ன அவசரம்? ஒண்ணுமில்ல. நீ மட்டுந் தனிக்க ரோசியாத. செபஸ்தியிட்டயும், ஒன் வூட்டுக்காரியிட்டயும் கேட்டுக்க... நா சொல்லுதது ஒன் நம்மைக்கித்தா. அத்தா, இன்னம் ஒரு புள்ள இரிக்யத நெனச்சுப் பாரு... நா வாரேன்... இன்னக்கி லாரி லோடு ஏத்தணும்...” என்று சொல்லிவிட்டுப் புறப்பட்டுப் போனார் தரகனார்.

மரியம்மை பின்புறமாகப் போய் கிணற்றுச் சுவருக்குப் பின்னால் வைத்திருந்த கள்ளுபாட்டிலைத் திறந்து வாயில் மடமடவென்று ஊற்றிவிட்டு ஏப்பம் விட்டாள். வாயின் ஓரத்தில் வழிந்திருந்ததை புறங்கையால் துடைத்துக்கொண்டாள். தற்செயலாகப் புறவாசல் பக்கம் வந்த பிலோமி அதை அருவருப்புடன் பார்த்துவிட்டு வீட்டுக்குள்ளே போய்விட்டாள். மரியம்மை சேலைத் தலைப்பை சிறிய பந்தாக்கி வாயைப் பொத்திக்கொண்டு வந்து, பின் கட்டில் பாயை விரித்துப் படுத்துக்கொண்டாள். செபஸ்தி அவன் பெஞ்சாதியோடும் பிள்ளைகளோடும் கடல்கரைக்குப் போயிருந்தான். பிலோமிக்குக்கூட எங்காவது போகவேண்டும்போல இருந்தது. திடீரென்று அவளுடைய மனசு சூனியமாகிவிட்டது. மளமளவென்று பழைய ஞாபகங்கள் அடித்துக்கொண்டு வந்தன. அந்த நினைவுகளில் பெரும்பாலும் சாமிதாஸ்தான் இருந்தான். இன்னும் அவளால் அவனை நினையாமலிருக்க முடியாதா?

அன்றைக்கொரு நாளிலே அவன் அம்மை இல்லாதபோது வந்தது. அவளை அவன் சுகித்தது, அவளும் அதை விரும்பியோ விரும்பாமலோ அவனுடைய ஆசையை நிறைவேற்றினது, அதன் பின்னே தரகனார் தோட்டத்தில் பேசிக்கொண்டிருந்தது எல்லாவற்றையும் முன்னுக்குப் பின் தொடர்புகளின்றி நினைத்துக் கொண்டிருந்தாள். நேற்றிருந்த பிலோமிக்கும் இப்போதிருக்கிற பிலோமிக்கும் நிறைய வித்தியாசமாகிவிட்டது. அவள் முடிவாக சுவரில் சாய்ந்திருந்தபடியே அழுதாள். “சேசுவே, எல்லாத்தையும் மறக்கச் சித்தங்கொடும்...” என்று முணுமுணுத்தாள்.

வெளியே சிலுவையுடைய சத்தங் கேட்டது. குரூசுவுடன் அவன் வாயாடிக் கொண்டிருந்தான். அது பிலோமியை அவளுடைய வருத்தத்திலிருந்து மீட்டுக்கொண்டு வந்தது.

“மொதலாளி லாஞ்சிக்காரவுக எல்லாரும் கடலுக்கு போவப் போறாவ… ஐசக்கு, ரொசாரியா, ஓவரியூரு அம்புரோசு, கோயில் தெரு ரொசாரியா, எல்லாரும் கடலுக்குப் பொறப்பட்டு நிக்யாவ. வல்லத்துக்காரவுகளும் போகத்தான் வேணுமின்னு நிக்யாவ. அதான் வலய எடுத்துக்கிட்டுப் போவ வந்தேன். பவுலுத் தாத்தா அங்கனதா நிக்யாரு…”

“இது என்னலேய் புதுப் பழக்கமா இருக்கு! சாமியோட பொறந்த நாளு அன்னைக்கி எவம்லே கடலுக்குப் போவது? வரவர இந்த லாஞ்சிக்காரப் பெயவுளுக்குத் திமிரு புடிச்சிப்போச்சி. இன்னைக்கி கடலுக்குள்ள எறங்கின பெயலுவ திரும்ப மாட்டானுவன்னு போயிச் சொல்லு. இந்தா நானும் வாரேன்… வலயும் வேண்டா ஒரு மயிரும் வேண்டா. கொழுத்த பயலுக கடலுன்னு நெனச்சானுவளா, திருச்செந்தூரு கடம்பாக்கொளமின்னு நெனச்சானுவளா? இன்னைக்கிக் கடலுக்குப் போனா எந்தப் பெயலே மிஞ்சி வருவான்? ஒரு பறையச்சிக்கும் தாலி தக்காதுலே… டீ பிலோமி, அந்தப் பன்னருவாள எடு.”

சிலுவை போய்விட்டான். குரூசுவுடைய கண்கள் வெறியினாலும், கோபத்தினாலும் சிவந்து கிடந்தன. அவனுடைய கருத்த மூக்கு நுனி துடித்துக்கொண்டிருந்தது. பிலோமி ஒன்றும் சொல்லாமல் கண்களைத் துடைத்துக்கொண்டே உள்ளேபோய் அடுக்குப் பானைகளினூடே இருந்த பன்னருவாளை நடுங்கிக்கொண்டே எடுத்தாள். அதை குரூசுவிடம் கொடுக்கும்போது, “அப்பச்சி எதுக்கு இந்த வம்பு தும்பெல்லாம்?” என்றாள். அவள் எதையோ நினைத்துப் பயந்து போயிருந்தது அவளுடைய குரலிலும் தெரிந்தது.

“நீ என்னத்தக் கண்டா? கடல்ல வல்லத்துக்காரனுவ போனா மீனு கெடக்ய வழியில்லை. இந்த பெயலுகளுக்க துட்டு மப்பில்லா சேசு பொறந்த அன்னிக்கியும் கடலுக்குப் போவச் சொல்லு… வல்லத்துக்காரனுவ இவுக ஆத்தா தொடயில இருக்க மயிருன்னு நெனச்சிருக்கானுவ போல… நீ வூட்ல இரி, வாரேன்…” என்று சொல்லிவிட்டு அருவாளை சாரத்துக்கு மேலே இடுப்பில் போட்டிருந்த அரைஞாண் கயிற்றுக் கொடியில் தொங்கப்போட்டுக்கொண்டு, தெருவில் அகலமாகக் கால் பரப்பி நடந்துபோனான்.

இனி அந்தப் பறையனைத் தடுத்து நிறுத்த யாராலும் கூடாது.

பிலோமி அவன் போகிறதையே பார்த்துக்கொண்டு திண்ணையில் உட்கார்ந்துவிட்டாள். கடலினுடைய இரைச்சலைத்

தவிர வேறொன்றையும் அவளால் அப்போதைக்கு உணர முடிய வில்லை.

திடீரென்று வானத்தைப் பார்த்தபோது நீர்க்காக்கைகள் வலமிருந்து இடமாகப் பெருங்கூட்டமாய்ப் பறந்து போய்க்கொண் டிருந்தன. அது அவர்களுக்குக் கெட்ட சகுனம். அந்த நேரத்தில் எந்தப் பறையனும் வெளியே போகத் தயங்குவான். பிலோமிக்கு அதைப் பார்த்ததும் நெஞ்சை அடைத்துக்கொண்டு வந்தது.

"சேசய்யா..." என்று சொல்லிக்கொண்டே கண்களை மூடியபடியே திண்ணைத் தூணில் தலையைச் சாய்த்தாள்.

புறவாசலுக்கு எழுந்துபோன மரியம்மை தடுமாறி நடைக் கல்லில் விழுந்துவிட்டாள். கல்லின் மூலையில் அவளுடைய மூக்கு நுனி பட்டு அப்படியே துண்டித்துவிட்டது. சத்தங்கூட வாயிலிருந்து வெளிவரவில்லை. யாருக்கும் கேட்காத முனகல் மட்டிலுமே லேசாகக் கேட்டது. அதைக்கூட பிலோமியால் கேட்கமுடியவில்லை. மரியம்மையுடைய மூக்கிலிருந்து வடிந்த ரத்தம் பெருகி நடைக் கல்லினுடைய ஒரு பக்கத்தை நனைத்து விட்டு உறைந்துபோனது. அவளால் எப்படித்தான் அவளுடைய வாத்தியை மறந்துவிட்டு அப்படிக் கிடக்க முடிந்ததோ?

பிலோமி கண்களை மூடியிருந்தாள். மனசுக்கு உறக்கமில்லை. அது விழித்திருந்தது. கரை காண முடியாத நடுக்கடலில் அவள் மட்டிலும் ஒரு பாறையின் மேல் நின்றுகொண்டிருக்கிறாள். பள்ளிக்கூடத்தில் அவள் அஞ்சாவது படிக்கையில் நடந்த நாடகத்தில், அவள் போட்டிருந்த ஷீபா நாட்டு ராணியைப் போன்ற அலங்காரமான உடையிலிருக்கிறாள். பெரிய பெரிய அலைகள் வந்து அவளை இடுப்புவரை நனைத்துவிட்டுப் போகின்றன. காலடியில் சின்ன வயசில் கடற்கரையில் ஓடி ஓடிப் பொறுக்கிய சிப்பிகளும், சங்குகளும் கணக்கின்றிக் கிடக்கின்றன.

7

குரூசு கடல்கரைக்குப் போனபோது அங்கே பெருஞ் சத்தமாகக் கிடந்தது. ஒரு பக்கம் கடலும் மறுபக்கம் அந்தப் பறையர்களுமாக இரைந்து கொண்டிருந்தார்கள். ஐசக்கு தன்னுடைய லாஞ்சியில் ஏறி நின்றுகொண்டு கைகளை ஆட்டி ஆட்டிப் பேசிக்கொண்டிருந்தான். அப்படிப் பேசும் போது அவனுடைய கைலி அடிக்கடி இடுப்பிலிருந்து நழுவி விழுந்தது.

கூட்டத்தின் முன்னால் நின்றுகொண்டிருந்த பவுலுப் பாட்டாவிடம் குரூசு போனான். அவர் அவனைப் பார்த்ததும், "வா குரூசு" என்றார்.

"இப்பம் என்ன ஆயிப்போச்சி?"

"என்ன ஆயிப்போச்சி? லாஞ்சிக்காரவுக எல்லாரும் கடலுக்குப் போறாவளாம்..."

"வே, பவுலுப் பாட்டா, ஒம்ம வயசு என்ன? ஒம்ம வயசுக்கு எடையில பண்டியலு அன்னைக்கி எப்பமாவது கடலுக்குப் போயிருக்கீரா? சொல்லும்..."

"இல்ல..."

"பின்ன என்ன பேச்சுப் பேசிக்கிட்டு நிக்கீரு. அருவாளத் தூக்கியாரும், லாஞ்சிக்காரப் பெய எவன் கடலுக்குள்ள எறங்குதானிட்டு பாப்பம்... என்னலே தீமோத்து, ஆசீரு எல்லாரும் பாத்துக்கிட்டு நிக்கீக...

வல்லதுத்துக்காரனுவ இந்த வூருல நூத்திஎட்டு வூட்டுக்காரனுவ இருக்கானுவன்னு காம்பிக்க வேண்டாா? லே ஐசக்கு மக்கா, நீயும் பறையச்சிக்கிப் பொறந்த பெயதான? எந்தக் காலத்துலடே பண்டியல் அன்னைக்கி கடலுக்குப் போயிருக்கா? லாஞ்சிக்க மேல நின்டுக்கிட்டு என்னலே அழிம்பு பண்ணுதா? கீழ எறங்கி வாலே மசிரே –" என்று நீட்டி முழக்கிச் சத்தம் போட்டான்.

"வே குரூசு... மருவாதி கெட்டப் பேச்செல்லாம் பேசாதீரும். கடலு ஒம்ம பெண்டாட்டி வூட்டுச் சொத்து இல்ல. எப்பவும் போவோம், வருவோம்" என்று அவனும் கடலுடைய இரைச்சலை மீறிக்கொண்டு சத்தம் போட்டான்.

"கடலுக்குள்ள லாஞ்சிய எறக்கிப் பாரு, தெரியும். தீ வச்சிப் போடுவேன் தீ..."

"ங்கொத்தா மவன வச்சிப் பாருடா..." என்று லாஞ்சியிலிருந்து முட்டளவு தண்ணீரில் குதித்து குரூசு நின்றிருந்த கூட்டத்தைப் பார்க்க இறக்கி வந்தான் ஐசக். அவனோடு கூட சாமிதாஸுடைய அப்பச்சி, ரொசாரியா, அம்புரோஸு எல்லாரும் அவரவர்களுடைய வலைக்காரர்கள் பின்தொடர வந்தார்கள். குரூசு இடுப்பில் கிடந்த அருவாளை ஓங்கிக்கொண்டு முன்னே பாய்ந்தான். வல்லத்துக்காரர்கள் நாலைந்து பேர்கள் பாய்ந்து குரூசை அமுக்கிப் பிடித்துக்கொண்டார்கள்.

பவுலுப் பாட்டா சத்தம் போட்டார்.

"லே... கொலைகாரப் பயலுவளே. இது என்னலே நாத்தம் புடிச்ச பறையக் குடியின்னு நெனச்சீயளா? இது கடலுடா கடலு. பிசாசு மவனே. என்ன மப்பு இருந்தா அருவாளைத் தூக்கிட்டுப் போவா?" என்று குரூசை நெஞ்சோடு பிடித்துத் தள்ளி, அவன் கையிலிருந்து அருவாளைப் பிடுங்கி மணலில் வீசினார். ஐசக்கும், ரொசாரியாவும் மற்றும் லாஞ்சிக்காரர்களும்கூட பவுலுப் பாட்டா சத்தம் போட்டதைக் கேட்டு ஒதுங்கி நின்றுவிட்டார்கள். பவுலுப் பாட்டா அருவருப்புடன் லாஞ்சிக்காரர்களைப் பார்த்தார். அவருடைய கண்கள் லேசாகக் கலங்கியிருந்தன. சுருக்கம் விழுந்துபோன அவருடைய உடம்புச் சதை குலுங்கியது. தண்ணீரில் அலைகளில் அசைவாடிக்கொண்டிருந்த லாஞ்சிகளை வெறுப்புடன் பார்த்துவிட்டு அவர்கள் பக்கமாகத் திரும்பினார்.

"லே... மக்கா, இந்தப் பறையக்குடியள அழிக்யதுக்காவத்தான் இந்த லாஞ்சியள வாங்கியிருக்கீயோ. பறையனுக்கு ஆச கூடாதுலே. ஆச கொண்ட பறையன் உருப்பட மாட்டான். எந்தக் கரையிலலே பண்டியன்னைக்கு கடலுக்குப் போனது

உண்டு? கடலின்னிட்டு நெனச்சியளா? ஓங்க வூட்டு சாக்கடக் குழியின்னிட்டு நெனச்சீயளா? கடலுக்குப் போன அப்பச்சியைக் காணலையின்னு தேடி வந்த புள்ளக்கி வழிவுட்டு ஒதுங்கிப் போன கடலில்லா இது... நெஞ்சுத் தைரியம் இருந்தாக்கா கடலுக்குள்ள போயிட்டு வாங்கலே பாப்பம்... நாங்க. ஓங்க வூடுகள்ல போயி அந்தப் பறையச்சியளிட்ட 'ஏட்டீயோ ஓங்க புருசன் திரும்பி வரமாட்டான்னுவ'ன்னு சொல்லிவிட்டுப் போறோம். போங்கலே..." என்றார்.

ஒருவரும் ஒன்றும் பேசவில்லை. குரூசு கடலையே வெறிக்கப் பார்த்துக்கொண்டு நின்றிருந்தான். அதற்குப் பிறகு லாஞ்சிக்காரர்கள் கடலுக்குப் போகத் துணியவில்லை. தங்களுடைய வலைக்காரர்களுடன் மேற்காமல் புறப்பட்டுப் போனார்கள். பவுலுப் பாட்டாதான் சொன்னார். "இன்னையும் எதுக்காவ நிக்கியோ? அவனுவதா போயிட்டானுவளே. லே, குரூசு ஆனாலும் ஒனக்கு இம்புட்டுக் கோவம் ஆவாதுடே இன்னிக்கி நீ நெறய்யக் குடிச்சிருப்பா. இங்கன எதுக்காவ நின்னிட்டிருக்கியோ. வாங்க... வாங்க..." என்று அவர்களை அணைத்துக் கூட்டிக்கொண்டு போனார்.

அந்தப் பறையர்களுக்குள்ளே பவுலுப் பாட்டாதான் மூத்தவர். பவுலுப் பாட்டாவுக்கு மேலேல்லாம் சுருக்கம் கண்டுவிட்டது. ஆனாலும் தனியாகக் கடலுக்குப் போய் வலைபோடுகிற தைரியம் இன்னும் அந்த மனசுக்குள் ஒளிந்து கிடக்கிறது. அவர்களுக்குள்ளே அவர் ஒரு அபூர்வமான மனுஷர். அந்தக் கரையில் வல்லத்தில் ஏறி முதல்முதலாக அப்பச்சியுடன் கடலுக்குப் போகிற எந்தப் பறையப் பையனும் பவுலுப்பட்டாவிடம் ஆசீர்வாதம் வாங்காமல் போனதில்லை. எத்தனையோ ஊர் விவகாரங்களையெல்லாம் அவரிடம்தான் கொண்டுவந்து தீர்த்துக்கொண்டு போவார்கள். சேசுவைப்போல அவரை நம்பினார்கள். அந்த ஊரை விட்டு எங்கேயும் போய் அறியாதவர். ஆனாலும் அவருக்குத் தெரியாதது ஒன்றுமில்லை. அவருக்கென்றும் ஒரு வல்லம் இருக்கிறது. அது மிகவும் பழையது. அதுவும் கடலில் அலைகளின் மேலே மிதந்து போகிறது.

எல்லோரும் ஊருக்குள்ளே கலைந்து போனார்கள். அந்தக் கடல்கரையிலே அன்றைக்கு நடக்க இருந்த கொலை பாதகத்தைத் தடுத்த புண்ணியம் பவுலுப் பாட்டாவுக்குத்தான் சேரும்.

குரூசுவோடு பாதி வழிவரை வந்த சிலுவையும் தனியே பிரிந்து தன்னுடைய வீட்டுக்குப் போய்விட்டான். குரூசு அவனுடைய தெருவுக்குள் நுழைந்ததும் ஐசக்குடைய பொஞ்சாதி கேதரின் தலைவிரி கோலமாக எதிரே வந்துகொண்டிருந்தாள்.

“ஓ! மாமோய்! மரியம்மத்த எல்லார் தலயிலயும் மண்ணை அள்ளிப் போட்டு போயிட்டாவ மாமோய்...” என்று மார்பில் அடித்துக்கொண்டே தன்னுடைய வியாதியையும் பாராமல் பதறிக்கொண்டே ஓடிவந்தாள்.

“ஏட்டீ... நீ என்ன சொல்லுதா? வயத்துல கல்லத் தூக்கிப் போட்டிட்டியே பாவீ...” என்று அவளுடைய கையைப் பிடித்துக்கொண்டு கேட்டான் குரூசு.

“ஆமா, மாமோய்... ஒம்ம வூட்டுக்காரி பொறவாசலு நடையில வுழுந்து மூக்காந்தண்டயில பட்டு மரிச்சுப் போயிட்டா, வோய்... பெலோமிக் குட்டியும் செபஸ்தியும் மயங்கிட்டாவ. இப்பத்தான் தண்ணியைத் தெளிச்சு உட்கார வச்சிருக்கு. நா ஒம்மயத் தேடிக்கிட்டுதான் ஓடியாரேன்...”

“அட எஞ் சேசுவே எங்குடும்பத்த ஏன் இப்படிக் கொலதுடிக்க வக்கீரு...” என்று மார்பில் அடித்துக் கதறிக்கொண்டே தன் வீட்டைப் பார்க்க ஓடினான் குரூசு. அவனோடு அவனுடைய முழங்கையைப் பிடித்துக்கொண்டே கேதரினும் கூடப் போனாள்.

○○○

மரியம்மை செத்துப்போய் மூன்று நாட்களாகி விட்டன.

வழக்கம்போல வல்லங்களும் லாஞ்சிகளும் கடலுக்குப் போய் வந்தன. மீன் பிடிப்பதில் வல்லத்துக்காரர்களுக்கும் லாஞ்சிக் காரர்களுக்கும் சண்டைகளும் நடந்தன. குரூசுவுக்கு இதெல்லாம் ஒன்றும் தெரியாது. அவனுக்குப் பிரியமானவர்களைக்கூட அவனுக்கு ஞாபகமில்லை. மரியம்மையை, அவள் இருந்தவரைக்கும், அவள் தொடர்ந்து வாத்தி வீட்டுக்குப் போய் வந்ததற்காக மனசார வெறுத்து வந்தான். இதற்காக வாத்தியிடம் எத்தனையோ தடவை குடித்துவிட்டுச் சண்டைகூடப் போட்டிருக்கிறான். அவளால் வாத்தியைப் பார்க்காமல் இருக்க முடியவில்லை. முதலில் அடிக்கடி தினந்தோறும் பார்த்துக்கொண்டிருந்தாள். வயசாக வயசாக அதைக் குறைத்துக்கொண்டிருந்தாள். ஆனால் ஒருபோதும் அவள் வாத்தியைப் பாராமலிருந்தது கிடையாது. அவளுக்கும் வாத்திக்குமுள்ள ஸ்நேகம் அவ்வளவு நெருக்கமானது. வாத்தியைச் சந்தித்துக்கொண்டேதான் குரூசுவுக்கு அமலோற்பவத்தைப் பெற்றாள். பின்னால் இரண்டே வருஷ இடைவெளியில் செபஸ்தியையும் அதன் பின்னே வெகு நாட்கள் கழித்து பிலோமியையும் பெற்றாள். அவளுடைய ஆசைகள் என்னதான் என்று குரூசுகூட அறியான். ஒருவேளை இதுபற்றி அவளுடைய வாத்திக்குத் தெரிந்திருக்கலாம்.

இப்போதுகூட குரூசு அவளைக் கொடுமைக்காரி என்று சொல்லத் துணியமாட்டான். அவனால் அவளை ஒரு காலத்திலும் ஒதுக்க முடிந்ததில்லை. அவளை வெறுத்தான். ஆனாலும் அவளிடம் அளவு கடந்த ஆசை கொண்டிருந்தான். அவளுக்கென்று ஒரு அழகு இருந்தது. அது அவளுடைய உடம்புதான். அவளுடைய மடியில் தலைசாய்த்துக் கிடந்தால் போதும், எந்த புருஷனுக்கும் மனசில் வீரமும் விவேகமும் விளையும். அவள் ஒருபோதும் குரூசுவுக்கு துரோகம் நினைத்தவளில்லை. அவள் ஒரு அதிசயமான பறையச்சி.

பிலோமியுடைய பூஞ்சை உடம்பு, அவளுடைய அம்மையுடைய மரணத்தை எப்படியோ தாங்கிக் கொண்டுவிட்டது. செபஸ்திதான் சின்னப்பிள்ளையைப்போல எவ்வளவு அழுதான். வாத்தியும் வந்திருந்தார். வீட்டுக்கு வரவில்லை. கல்லறைத் தோட்டத்திற்கு வந்திருந்தார். அவராலே எல்லோரையும்போல அழ முடியவில்லை. அவளுக்கு கல்லறைத் தோட்டத்தில் நடக்கிற சடங்குகளை வெறித்துப் பார்த்துக்கொண்டிருந்தார். அவருக்கு இனி அப்படியொரு ஸ்நேகிதி யாருண்டு? மொத்தத்தில் அவளுடைய மரணம்தான் அவள்மீது மற்றவர்கள் கொண்டிருந்த பிரியத்தைக் காட்டிக் கொடுத்தது. இதெல்லாம் மரியம்மைக்குத் தெரியாது. அவள் இருந்தவரைக்கும், தன்னை யாருக்கும் பிடிக்காது; வாத்தியைத் தவிர என்றுதான் நினைத்திருந்தாள். எவ்வளவு துரதிர்ஷ்டமானவள். இவ்வளவு பேரும் அவளிடம் உள்ளூரப் பிரியமாயிருக்கிறதை அறியாமல் போய்விட்டாளே!

குரூசு அன்றையிலிருந்து இன்னும் சாப்பிடவில்லை. தரகனாரும் அடிக்கடி வீட்டுக்கு வந்து தன்னால் இயன்ற ஆறுதலைச் சொல்லிவிட்டுத்தான் போகிறார் என்றாலும் அந்தப் பறையனுடைய மனசிலுள்ள ஏக்கமும் துயரமும் எவ்வளவென்று யாராலே அறிய முடியும்?

குரூசு எப்போதும் திண்ணையிலேயே கயிற்றுக் கட்டிலைப் போட்டு உட்கார்ந்திருந்தான். நெடிய குளிர் காலத்து இராப் பொழுதுகள் எப்படிக் கழிந்தனவென்று அவனுக்குத் தெரியாது. வெறுமனே வெளிச்சத்தையும் இருட்டையும் மாறிமாறிப் பார்த்தான். ஒரு குழந்தையைப்போல பகலெல்லாம் வானத்தையே வெறித்துப் பார்த்துக்கொண்டு உட்காந்திருந்தான். கடலில் இரையெடுத்துக் கூடுகளுக்குத் திரும்புகிற நீர்க்காகங்கள்கூட அவனுக்கு அவனுடைய கடலை நினைவுபடுத்தவில்லை. மரியம்மையுடைய மரணத்துக்காகச் செய்ய வேண்டிய பதினாறாவது நாள் காரியமும் முடிந்த மறுநாள் செபஸ்தி ஊருக்குப் புறப்பட்டான்.

“அப்பச்சி, அம்மையுடைய எல்லாக் காரியமும் முடிஞ்சி போச்சி. அவளுக்குப் பள்ளிக்கூடத்துல ஏற்கனவே ரெண்டு வாத்திகள் வரல. லீவு. இன்னமயும் லீவு கெடக்யது கஷ்டம். புள்ளயளுக்கும் படிப்பு கெடுது ... இன்னக்கி ஊருக்குப் போறேன் ...”

“ம் ...”

“அப்பச்சியே இப்பிடி உக்காந்திட்டால் எப்படிக் காரியங்கள் தாமசமில்லாம நடக்கும்? அப்பச்சி கடலுக்குப் போனாத்தான் வூட்லே அடுப்பு எரியும். இப்பமே அம்மையுடைய காரியங்களுக்கு வெளியில வாங்கித்தான் நடந்திருக்கு ...”

“உம் ...”

“அக்காவும் போயியாச்சி. இன்னக்கி நானும் போவப் போறேன். இந்தப் புள்ள பிலோமிக் குட்டிய காயப்போட்டுராதிய. அது ஒண்ணுமறியாத பசலை. சீக்கிரமா அதுக்கு ஒரு மாப்புள்ளயப் பாத்துக் கெட்டி வச்சிரணும்.”

“ம் ...”

“நா முந்தியே சொல்லியிருக்கேன். இப்பயும் சாயபு கேட்டுக் கிட்டுத்தா இருக்காரு. இதயெல்லாங் கையக் கழுவிட்டு அங்ஙன வந்திட்டால், கடைய வச்சி அந்தப் புள்ளயக் கட்டி குடுத்திரலாம். இவ்வளவு வயசுக்குப் பொறவு அப்பச்சி கடல்ல அலைய வேண்டா ...”

பிலோமி உள் நடைப்படியில் உட்கார்ந்திருந்தாள். அவளுடைய மடியில் செபஸ்தியுடைய இரண்டு பையன்களும் உட்கார்ந்திருந்தார்கள். அவர்களுக்கு இந்தப் பிரியமான அத்தையை விட்டுப் போகக் கொஞ்சங்கூட மனசில்லை.

“லே கீழே இறங்கி உட்கார்ந்தா என்ன? அது பாவம், நோஞ்ச ஒடம்புக்காரி...” என்று செபஸ்தி அதட்டல் போட்டான்.

குரூசு பெருமூச்சுடன் சொன்னான், “ம் ... எனக்கு இந்த மண்ணுல என்ன ஒறவு இருக்கு? அவளே போயிட்டா ...” என்று சொல்லிவிட்டு மௌனமாகிப் போனான். சாயந்தரம் செபஸ்தி தன் பொஞ்சாதியையும், பிள்ளைகளையும் கூட்டிக்கொண்டு ஊருக்குப புறப்பட்டான். வேண்டாமென்று செபஸ்தி சொல்லியும் கேளாமல், பிலோமி உடைகளை மாற்றிக்கொண்டு அவர்களோடு பஸ் ஸ்டாண்டுவரைக்கும் போனாள். பஸ்ஸில் ஏறியானதும் அவளுக்கும் அந்த பஸ்ஸில் அவர்களுடனே போக வேண்டும்போல இருந்தது. வீட்டுக்குப் போனால் அங்கேதான் அம்மை இருக்கமாட்டாளே, அவளுடைய

ஒவ்வொரு செயல்களையும் கண்டித்துக்கொண்டிருந்த மரியம்மை இல்லாமல் அவள் அங்கே போவானேன்? பஸ்ஸில் ஏறும்போது அதிகமாக யாரோடும் பேசாத செபஸ்தி பொஞ்சாதி ஒன்று சொன்னாள்: "பிலோமி, அவியளுக்கு இனிம நீதான் தொணை. ஒன்னயும் நீதான் கவனிச்சுக்கிடணும்... எல்லாத்துக்கும் கர்த்தர் வழி நடத்துவார். போயிட்டு வாரோம்..."

பஸ் போனது. குழந்தைகள் மட்டும் கைகளை ஜன்னலுக்கு வெளியே நீட்டி வெகு தூரத்துக்கு ஆட்டிக்கொண்டிருந்தன. பஸ் புள்ளியாய் மறைகிற வரையில் ஏக்கத்துடன் ரோட்டில் நின்றிருந்துவிட்டுத்தான் அவளால் திரும்ப முடிந்தது. வீட்டுக்குச் செல்லும்போது வழிநெடுக மனசில் என்னவெல்லாமோ நினைப்பெடுத்தது. மரியம்மையை நினைத்தாள். இனிமேல் அவளுடைய ஆணைகளும் கண்டிப்புகளும் அந்த வீட்டில் கேட்காது. சாமிதாஸ்–அவனை ஒரு நாளும் மரியம்மைக்குப் பிடித்ததே இல்லை–சீக்கிரமாகவே ஒரு நாள் அவளைப் பார்க்க ஞாயிற்றுக்கிழமை கோவிலுக்கு தன் பொஞ்சாதியுடன் வருவான். அதற்காக பிலோமி வருத்தப்படுவாளா? வருத்தப்பட இதில் என்ன இருக்கிறது? அவளுக்கு இந்தப் பூமியில் சாமிதாஸை மட்டுந்தானா தெரியும்? ரஞ்சி, தரகனார் மாமா, அடுத்த வீட்டு கேதரின் அக்கா, அவளுடைய அமலோற்பவம் அக்கா, பிரியமான செபஸ்தியண்ணன் – எவ்வளவு பேர்கள் இருக்கிறார்கள். அவளுடைய அப்பச்சிக்குக்கூட அவளிடம் பிரியமில்லையென்று அவளால் எப்படிச் சொல்ல முடியும். ஆனால் அவளால் அவனை மறக்க முடியாது. உண்மைதான். அவளும் அவளுடைய அம்மையைப்போல – அவளுடைய அம்மையும் வாத்தியும் இருந்ததுபோல – பழைய ஸ்நேகத்துடன் எந்த நிலையிலும் சாமிதாஸைப் பாராமலிராள். அவளுக்கு எத்தனை வயசானாலும், சாமிதாஸுக்கு எத்தனை வயசானாலும் அவளுடைய மனஸில் சாமிதாஸ் உருக் கொண்டிருக்கிறான். அவனை அவளால் எப்போதும் இனங் காண முடியும். இனிமேல் அவளுக்கு வீட்டில் பொறுப்புகள் அதிகமிருக்கும். அப்பச்சியைத் தேற்ற வேண்டிய ஒரு பெரிய சுமை அவளுக்கு இருக்கிறதே. அவள் அப்பச்சியைத் தேற்றுவாள். தேறுதல் சொல்லி கடலுக்கு அனுப்புவாள். மறுபடியும் அவர்கள் வீட்டு முற்றத்தில் கருவாட்டுக்காக மீன்கள் வெயிலில் காயும். எல்லாவற்றையும் அவளுடைய அம்மைகூட இருந்து கவனித்து, அவளுக்குக் கட்டளைகள் இடுவாள்.

முதலில் வீட்டையெல்லாம் ஒரு ஒழுங்குக்குக் கொண்டு வர வேண்டும். வீட்டில் நிறைய நினைவுகள் அடைந்து

கிடக்கின்றன. கூடவே அழுக்கான ஆடைகளும், தூசியும், அப்பச்சியைக் கட்டிலில் இருந்து எழப் பண்ண வேண்டும். கடுகு டப்பாவிலிருந்து பணம் எடுத்துக் கொடுத்து அப்பச்சியைக் குடித்துவிட்டு வரச் சொல்ல வேண்டும். அப்பச்சி குடித்தால் அம்மையை மறப்பார். செபஸ்தியண்ணன்கூட ரஞ்சிக்குக் கல்யாணமான புதிதில் கொஞ்சம் குடிக்க ஆரம்பித்தது அவளுக்குத் தெரியாதா என்ன? அந்தக் கடல் கரையில் கள்ளு மட்டும் இல்லையென்றால் ஒருத்தருக்கொருத்தர் சண்டையிட்டு எப்போதோ எல்லோரும் செத்துப் போயிருப்பார்கள். இது ஒரு விதத்தில் கெடுதல் என்றுதான் அவளுக்குப் பள்ளிக்கூடத்தில் வாத்தி கற்றுக் கொடுத்திருக்கிறார். ஆனாலும் இதைத் தவிர வேறே வழியென்ன? ஒன்றையும் மறக்காமல் மறுபடியும் எழுவது எப்படி முடியும்?

பள்ளிக்கூடத்துத் தெருவில் போகும்போது அவளே அறியாமல் வாத்தி வீட்டைப் பார்த்துக்கொண்டே போனாள். வாசலில் நாலைந்து ஓயிட் லகான் கோழிகள் குனிந்து மேய்ந்துகொண்டிருந்தன. வாத்தியினுடைய வீடு பெரிய வீடு. அழிக்கம்பிகளுக்கு பின்னால் நாற்காலியில் சாய்ந்த நிலையில் யாரோ உட்கார்ந்திருந்த மாதிரி இருந்தது. அது வாத்தியாகத்தான் இருக்க வேண்டும். அவள் வீட்டைக் கடந்துவிட்டாள். யாரோ பின்னாலிலிருந்து அவளைப் பேர் சொல்லிக் கூப்பிட்டார்கள். பிலோமி திரும்பிப் பார்த்தாள். அது வாத்திதான். வாத்தி தெருத் திண்ணைத் தூணைப் பிடித்துக்கொண்டு, அவளைக் கையசைத்துக் கூப்பிட்டார். பிலோமி திரும்பி நின்றபடியே கொஞ்ச நேரத்துக்குத் தயங்கினாள். அவளுடைய அம்மையை வசீகரித்த வாத்தியல்லவா? பிலோமி அவரைப் பார்க்க நடந்தாள். கிட்டே போனதும், 'வா' என்றார். அவர் முன்னால் நடந்தார். எட்டுமுழ வேட்டிதான் கட்டுவார். மேல் தட்டை மடித்துக் கட்டியிருந்தார். மேய்ந்துகொண்டிருந்த கோழிகள் சிதறி ஓடின. பிலோமி வீட்டு வாசலில் நின்றுகொண்டே இருந்தாள். அவர் உள்ளே போய் ஸ்டூலை எடுத்துப்போட்டு கையால் துடைத்துச் சொன்னார். "உக்காரு . . ." அவர் நாற்காலியில் காலைத் தூக்கி வைத்துக்கொண்டு உட்கார்ந்துகொண்டார். பிலோமி கூச்சத்துடன் ஸ்டூலில் ஒடுங்கியிருந்தாள். அவர் அவளையே கொஞ்ச நேரத்துக்குப் பார்த்துக்கொண்டிருந்தார். பிலோமி வெட்கத்துடன் குனிந்துகொண்டாள்.

"நீ அவியளோட போறதப் பாத்தேன்."

"ஆமா . . . அண்ணன் ஊருக்குப் போவு . . ."

அவ்வளவுதான். அப்புறம் ஒன்றுமே அவர்களுக்குப் பேச இல்லாதது மாதிரி மௌனமாக இருந்தார்கள். கொஞ்சநேரங் கழித்து அவர்தான் பேசினார். “அப்பச்சி கடலுக்குப் போவ ஆரம்பிச்சாச்சா?”

“இல்ல . . . வூட்லதான் இருக்காவ . . .”

“நீ என்ன சாப்பிடுதா? . . . எங்கிட்டச் சாப்பிட என்ன இருக்கு? கொஞ்சம் பிஸ்கோத்து இருக்கு. சாப்பிடு” என்று சொல்லிவிட்டு எழுந்து உள்ளே போனார்.

அந்த வீட்டுக்கு பிலோமி இரண்டொரு தடவை வந்திருக்கிறாள். அவளைப் படிக்கப் போடுகையில் அம்மை அவளைக் கூட்டிக்கொண்டு வந்து அவரிடம்தான் விட்டாள். பள்ளிக்கூடத்துக்கு முதல்முதலாக அவரோடுதான் போனாள். அதற்கப்புறமும் இரண்டொரு தடவை வந்திருப்பாள். அம்மைக்கும் அவருக்குமுள்ள விவகாரங்களெல்லாம் விவரம் தெரிந்த பிற்பாடு அவளாகப் புரிந்துகொண்டதுதான்; அதுவும் ஊருக்குள் பேசப் போய்த்தான். அப்பச்சிக்கு வாத்தியைக் கொஞ்சம்கூடப் பிடிக்காது. அவருக்கு யாருமே இல்லையென்று அவளுக்குத் தெரியும். இத்தனை வருஷமாக தனியே அவர்தான் வாழ்ந்திருக்கிறார். மரியம்மை என்ற ஸ்நேகிதியைத் தவிர வேறே யாருக்கும் ஊரில் வேண்டாதவர்.

பிஸ்கோத்தை ஒரு பிளாஸ்டிக் தட்டில் போட்டு அவளுடைய மடியில் வைத்தார். பிலோமி தலையைக் குனிந்தபடியே, அருகே நின்றிருந்த அவரை, சொல்ல முடியாத உணர்ச்சிகளை பார்வையில் தேக்கிப் பார்த்தாள்.

“சாப்பிடு . . . என்ன பாக்கா? . . . அப்பச்சிக்கு ஒண்ணுந் தெரிஞ்சிராது. சாப்பிடு. அப்பச்சியப்போல பிலோமிக்கும் என்னயப் புடிக்காதோ?”

“இல்ல இல்ல. உங்கள எனக்குப் புடிக்கிது.”

அவர் பெரிசாகச் சிரித்தார். பிலோமி ஒண்ணும் புரியாமல் அவரை ஏறிட்டுப் பார்த்தாள். “ஒனக்க அம்மயப் போலத்தா நீயும் இருக்கா. அவளும் இப்பிடித்தாம் பேசுவா...” என்று சொல்லிவிட்டு, தெரு வாசலையே வெறித்துப் பார்த்துக்கொண்டிருந்தார். அவருடைய நெஞ்சு மட்டும் வேகமாக ஏறி இறங்கிக்கொண்டிருந்தது. பிலோமி அவரைக் கலைக்கவில்லை. கொஞ்ச நேரத்தில் அவரே சொன்னார். “அப்பச்சி தேடுவாக இல்ல? இந்தப் பக்கமா வந்தா வாத்தியப்

பாக்க வந்து போயி இரி. ஒன்னயப் பாத்தா, ஒனக்க அம்மையப் பாக்கதுபோல இருக்கு. ஒன் வயசில் அவளும் இப்படித்தா இருப்பா. எனக்கு இன்னம் எவ்வளவு காலம்னிட்டு தெரியல்ல. நீ மட்டும் வந்து போயி இரி..."

பிலோமி எழுந்துகொண்டாள்.

"அப்பம் நா போயிட்டு வாரேன்."

"செய்யி..."

அவர் அவளோடு தெரு வரையிலும் வந்தார். அவள் போகிறதையே கொஞ்ச நேரத்துக்கு நின்று பார்த்துக் கொண்டிருந்துவிட்டு உள்ளே போனார்.

8

பிலோமி எல்லா வாழ்க்கைக்கும் தன்னை விருப்பு வெறுப்பில்லாமல் தயார் செய்துகொண்டாள். அவளால் அது எப்படி முடிந்தது என்பதை அவளே அறியாள். வீட்டுக் காரியங்கள் செய்யும்போது, முற்றத்தில் மீன் உலரப் போடும்போது, பின் வாசலில் நின்று தூரத்தில் தெரிகிற கடலைப் பார்க்கிறபோது, கிணற்றில் வாளி இறைக்கிறபோது திடீர் திடீரென்று மரியம்மையுடைய பேச்சுச் சத்தம் கேட்கும். அவளுடைய வசவு கேட்கும். அவள் இல்லாமலிருந்தாலும் அவளுடைய ஞாபகங்கள் அங்கே பூரணமாகத் தங்கியிருந்தன.

காலையில் கடலுக்குப் போகையில் அம்மையிடம் எழுப்பிச் சொல்லிவிட்டுப் போக வேண்டும்போல தோன்றும். ஆமாம், இப்போது குருசுவால் கடலுக்குப் போக முடிகிறது. மீண்டும் அந்த வீட்டு முற்றத்திலே கருவாட்டுக்காக மீன்கள் வெயிலில் காய்கின்றன. ஆனாலும் அவன் ஒருவரிடமும் பேசுவதில்லை. தன்னுடைய துயரத்தை யாருக்கும் சொல்லாமல் ரொம்ப இறுக்கமாக தனக்குள் தானேயாக அனுபவித்து வந்தான்.

செபஸ்தி ஊருக்குப் போன பிற்பாடு ஒரு கார்டு மட்டிலும் போட்டிருந்தான். அதிலே அப்பச்சியை யும் பிலோமிக்குட்டியையும் தன்னோடு வந்து இருக்கும்படிக் கேட்டு எழுத மறக்கவில்லை. அமலோற்பவ அக்கா தன்னுடைய தங்கச்சிக்குப் பெரிய கடிதம் ஒன்று எழுதியிருந்தாள். பிலோமி எல்லாவற்றையும் தன்னுடைய பச்சை டிரங்குப் பெட்டியில் வைத்துக்கொண்டாள். அடிக்கடி

அதையெல்லாம் எடுத்துப் படித்தாள். மரியம்மையுடைய டிரங்குப் பெட்டி அவள் கடைசியாகக் கிறிஸ்துமஸுக்குக் கோயிலுக்கு உடுத்திக்கொள்ளச் சேலை எடுத்தது போலவே அப்படியே இருந்தது. பிலோமி அந்தப் பெட்டியை ஒரு நாள் திறந்து பார்த்தாள். அதில் மரியம்மை ஒரு பாட்டிலில் நல்ல திரட்சியான சோழிகளைப் போட்டு வைத்திருந்தாள். அந்தச் சோழிகளை எடுத்து அவள் ஒருபோதும் தாயம் விளையாடியது கிடையாது. சில காய்ந்துபோன தாழம்பூ மடல்கள் பெட்டியின் அடியிலே மணம் பரப்பிக்கொண்டிருந்தன. ஒரு பழைய நோட்டுப் புத்தகம். அதிலே எம்பிராய்டரி பூக்களின் படங்கள் பென்சிலால் வரைந்திருந்தது. அந்த நோட்டினுள்ளே வாத்தி வாலிப வயசில் கோட்டு மாட்டி எடுத்திருந்த போட்டோ ஒன்று இருந்தது. அதையெல்லாம் பார்த்ததும் அவளுக்கு தன்னுடைய அம்மையின் மேல் இருந்த அபிப்பிராயம் உயர்ந்துகொண்டே போனது.

கடல்கரையில் வல்லங்களுக்கும் லாஞ்சிகளுக்கும் ஏதாவது சிறுசிறு பூசல்கள் விளையத்தான் செய்தன. எதுவும் கொலை பாதகத்தில் போய் முடியவில்லை. ஆனாலும் பறையக் குடி பெண்களுக்கெல்லாம் வெளியே சொல்லத் தெரியாத ஸ்தூலமான தொரு இருட்டு மனசில் இருந்தது ரொம்பவும் வாஸ்தவமான விஷயம். அவர்கள் எல்லோரும் பயந்திருந்தது போல. ஒரு காரியம் அன்றைக்கு கடல்கரையில் நடந்துவிட்டது.

ரொசாரியா பர்னாந்துவுடைய லாஞ்சியில், ரொசாரியாவைத் தவிர வலைக்காரர்கள் மூன்றே பேர்கள் மட்டும் இருந்தார்கள். ரொசாரியா பர்னாந்துவுடைய லாஞ்சிக்கு அவன் 'நீலப்பூ' என்று பெயரிட்டிருந்தான். சம்பளமும் குறைச்சலில்லை. ஆனாலும் பெரிய தாழை ஊரைச்சேர்ந்த ஒரு ஏழெட்டுப் பேர்கள் ஐசக்குடைய 'கடல்பறவை'க்குப் போய்விட்டார்கள். அவர்களாகப் போகவில்லை ஐசக் தந்திரக்காரன். ரொசாரியாவைவிடவும் கூலியில் நாலணாவைக் கூட்டிய பிறபாடேஅவர்களைக் கூப்பிட்டான். ரெண்டுமூன்று நாட்கள் கழிந்தன. அன்றைக்கு லாஞ்சிகளெல்லாம் கடலுக்குப் புறப்படக் கம்பீரமாய் நின்றுகொண்டிருந்தன. அலைகளும் அதிகமாக இருந்தன. வல்லங்களைக் கடலுக்குள் இறக்கும் முயற்சியில் அவர்கள் போட்ட சத்தம் கரையைத் தாண்டி, தென்னந்தோப்புகளையே அதிர வைத்துக்கொண்டிருந்தது. இதெல்லாம் ஒவ்வொரு நாளும் நடக்கிறதுதான். அலைகளை எதிர்த்து மரத்தை உள்ளே தள்ளிவிடுகிறது லேசானதில்லை. ஆனாலும் அவர்கள் அதை ரொம்பவும் எளிதானது போலத்தான் செய்வார்கள். நிஜத்தில் அது கடினமானது.

கடல்புரத்தில் 83

தண்டல்காரனுக்குத்தான் அலைகளைப் பற்றித் தெரியும். அலைகளுடைய மடிப்புகளை வைத்தே வேகத்தை அறிந்துகொள்வார்கள். ரொசாரியாவுடைய லாஞ்சில் கெட்டிக்காரர்களான இரண்டு பேர்கள் தண்டல்காரர்களாக இருந்தார்கள். ரொசாரியாவே ஒரு நல்ல தண்டல்காரன்தான். இதையெல்லாம் அவர்களுக்கு யாரும் சொல்லிக் கொடுக்கிறதில்லை. அவர்களுடைய அப்பன்மார்களுக்கும் பாட்டன்மார்களுக்கும் கூட யாரும் சொல்லித்தரவில்லை. ஆனாலும் அவர்களுக்கு இதெல்லாம் தெரிந்திருந்தது. அலைகளில் நுரை அதிகமாக இருந்தால் நடுக்கடல் கொந்தளித்துப் போயிருக்கிறதென்று தெரியும்.

அன்றைக்கு ரொசாரியாவுடைய லாஞ்சியில் கரியினால் ஏறுமாறான வார்த்தைகளிலே ரொசாரியாவுடைய பொஞ்சாதி விக்டோரியாளையும் கோயில் பாதிரியையும் சம்பந்தப்படுத்தி எழுதியிருந்தது. ரொசாரியாவுடைய வீட்டுக்கும் கோயில் பாதிரியுடைய வீட்டுக்கும் மிகுந்த ஸ்நேகமுண்டு என்பது எல்லோருக்கும் தெரிந்த விஷயம்தான். அந்த ஸ்நேகத்தைச் சொல்லி விக்டோரியாளையும் கோயில் பாதிரியையும் சம்பந்தப்படுத்தி எழுதியிருந்தது ரொசாரியாவுக்குப் பொறுக்க முடியவில்லை.

“எந்த அவுசாரி பெத்த பய இத எழுதினான்?” என்று திட்டிக்கொண்டே குனிந்துகுனிந்து கடல் தண்ணீரை அள்ளிவிட்டு அழித்தான். இதைக் கரையில் நின்று பார்த்துக்கொண்டிருந்த ஐசக்குக்குச் சிரிப்பாணி வந்தது. சிரிக்கிறதைக் கேட்ட ரொசாரியா பின்னால் திரும்பிப் பார்த்தான். அவன் பார்க்கிறதைப் புரிந்துகொண்ட ஐசக்கு பின்னும் வாயைக் கையால் பொத்திக்கொண்டு சிரித்தான். அவனுடைய தோள்கள் மட்டும் சிரிப்பினாலே குலுங்கின. ரொசாரியா நேரே ஐசக்கைப் பார்க்க நடந்துபோய், அவனெதிரே நின்றுகொண்டு, “என்ன மயித்துக்குச் சிரிக்கா?” என்று கேட்டான்.

வார்த்தையைக் கேட்டதும் ஐசக்கு சிரிப்பு நின்றுவிட்டது.

“பார்த்துப் பேசும், என்ன நடந்து போச்சின்னு வார்த்தய வுடுதீரு?”

“இத நீதான் எளுதினியா?”

“ஆருக்குத் தெரியும்?...”

“ஒன்னயத்தாங் கேட்டேன். ஊர்ல ஆரையும் கேக்கல்ல...”

“ஊரு மேல இவ்வளவு பயகள் இருக்கையில், என்னய வந்து எதுக்காவக் கேக்கீரு?”

“அப்பம் நீ எதுக்காவச் சிரிச்சா?”

“அத நீரு கேக்க வாண்டாம். இது ஒம்ம வூடு இல்ல... ஒம்ம வூட்டுச் சயன அறை இல்ல...”

இதைக் கேட்டதும் ரொசாரியாவுக்கு அவன் மேலே இருந்த வெறுப்பு பெருவெள்ளமாய் பெருகி, உடலெங்கும் ஓடி அவனை ஆவேசத்திற்குள்ளாக்கி விட்டது. மேலெல்லாம் அவனுக்கு நடுக்கம் கண்டது; முகம் சிவந்துபோயிற்று.

“என்னக்க வூட்டுப் படுக்கய நீ எப்ப பாத்தா?”

“பாத்துத்தான் தெரியிணுமோ? அதான் ஊரெல்லாந் தெரியிதே!” ரொசாரியாவை அலட்சியம் பண்ணுகிறது போலே பார்வையை எங்கேயோ அலையவிட்டபடி சொன்னான் ஐசக்கு.

“அப்பம் இத நீதா எளுதியிருக்கா. ஒனக்கு எப்பயும் குடி கெடுக்க வேலதா. அடுத்த வல்லத்துக்காரஞ் சம்மதம் இல்லாம ஆளுவளக் கூப்புடக் கூடாதின்னிட்டு தெரிஞ்சிருந்தும் செஞ்ச பாவியில்லா நீயி...” என்று அவன் தலையை வளைத்து முடியைப் பிடித்து உலுக்கிக்கொண்டு கேட்டான் ரொசாரியா. அவனுக்கு வயசாகியும் எப்படி இவ்வளவு பலம்வந்ததென்று ஆச்சரியப்பட்டான் ஐசக்கு. ரொசாரியாவுடைய கையைத் தட்டிவிட்டான். ரொசாரியா விடவில்லை. ஐசக்கைக் கீழே தள்ளி மணலில் சாய்த்துவிட்டான். ஐசக்கு நிலைகுலைந்து போனான். ஐசக்குடைய உயிர் ஸ்தலத்துக்கும் மேலே அடிவயிற்றில் மிதித்தான். அதற்குள்ளே பக்கத்து வல்லத்துக்காரர்கள் ஓடி வந்து ரொசாரியாவை விலக்கித் தூரக் கொண்டுபோனார்கள். ஐசக் எழுந்து நின்று புறங்கையில் ஒட்டியிருந்த மணலைத் தட்டிவிட்டுக்கொண்டே “ஓம் பொஞ்சாதியத் தூக்கியாந்து நடுத்தெருவுல போட்டு செய்யலன்னா பாருலேய்...” என்று கறுவினான். ரொசாரியா திமிறினான் என்றாலும் அவனை விட்டுவிடவில்லை. அன்றைக்கு அநேகம் பேர் கடலுக்குப் போகவே இல்லை.

இந்தச் சம்பவம் நடந்த இரண்டு நாட்களுக்குப் பின்னால் ஒரு மத்தியானத்தில் கடல்கரையில் யாருமே இல்லை. பறையக்குடி அமைதியாக இருந்தது. கடலினுடைய அலைகள் மட்டிலும் ஆரவாரஞ் செய்துகொண்டிருந்தன. நீர்க் காகங்கள் கடலின் மேலே பறந்து இரை தேடின. கரை நெடுகிலும் படவுகளும் வல்லங்களும் மணலில் குறுக்குநெடுக்காய்

கிடந்தன. அவைகள் கடலுக்குப் போகிறதுக்கு இன்னும் வேளை வந்திருக்கவில்லை. பறையர்களுக்குள்ளே சண்டையையும், வெறுப்பையும் வளர்த்துவிட்டிருந்த லாஞ்சிகள் மட்டும் சேர்ந்து நின்று அலைகளில் அசைவாடிக்கொண்டிருந்தன. ரொசாரியாவுடையது மேலக் கடைசியில் நின்றிருந்தது. கீழ் ஓரத்தில் ஐசக்குடையதும் நடுவே சாமிதாஸ் அப்பச்சியுடையதும் நின்றிருந்தது. எல்லாவற்றிலும் பெரியது ஐசக்குடைய லாஞ்சிதான். அதன் நடுவே காபின் அறை இருக்கிறது.

அந்த நடுப்பகல் நேரத்தில் ஐசக்குடைய லாஞ்சி தீப்பற்றி எரியத் தொடங்கியது. கொஞ்ச நேரத்தில் கரும்புகை வானத்தைத் தொடுகிற முயற்சியில், மேலே மேலே காற்றோடு சுழன்று போய்க்கொண்டிருந்தது.

லாஞ்சி புகைகிறதை முதலில் பார்த்தவன் கோயில் தெருவு 'பெரிய மாமியா' தான். பெரிய மாமியாவுடைய வூடுதான் கடலுக்குப் பக்கத்தில் கோயில் தெருவு முடிகிற இடத்தில் கடைசி வூடு. பெரிய மாமியா தன் வூட்டு வாசலில் பனங்கட்டிலில் காலை நீட்டி உட்கார்ந்து தன்னுடைய போன வருஷத்துப் பண்டியல் சேலையில் கவனமாக ஒட்டுப்போட்டுக் கொண்டிருந்தாள். அந்தச் சேலையில் இனியும் ஒட்டுப்போட்டுத் தைக்கிறதென்பது பிரயோஜனமானதில்லை. என்றாலும் அவள் அதை மிகுந்த நம்பிக்கையுடனேயே செய்துகொண்டிருந்தாள். ஒன்றிரண்டு தடவை கண்பார்வை சரியில்லாமல் ஊசி கையில் குத்திவிட்டது. திடீரென்று ஊசியைக் கீழே நழுவ விட்டுவிட்டாள். அதற்காகக் குனிந்தபோது பார்வை கடல் பக்கத்தில் விழுந்தது. அப்போதுதான் லாஞ்சி புகைகிறதைப் பார்த்தாள். முதலில் அவளுக்கு அது புகைதானென்று புரிந்துகொள்ள முடியவில்லை. ஆனால் மரம் எரிகிற வாசனை காற்றில் வந்தது. அவளுடைய நாசி தீட்சண்யமானது. சத்தம் போட்டாள். சத்தம் போட்டுக்கொண்டே தெருவில் கீழ்மேலாக பெரிய மாமியா ஓடினாள். பெரிய மாமியாவை வீடுகளுக்குள்ளேயிருந்து ஜன்னல்கள் வழியேயும், ஓலை வரிச்சிகளுக்குப் பின்னே நின்றுகொண்டும் எல்லோரும் வேடிக்கை பார்த்தார்கள். பெரிய மாமியாவுக்கு என்ன வந்ததென்று ஒருத்தரையொருத்தர் ஜாடையாகப் பார்த்துக்கொண்டார்கள். ஒரு பறையனும் பெரிய மாமியா சொன்னதை நம்பவில்லை. ஆனால் கார்லோசு, போனால் போகிறதென்று தெருவுக்கு வந்து அண்ணாந்து பார்த்தான். கடல் பக்கத்திலிருந்து கரும் புகை கிளம்பிப் போய்க்கொண்டிருக்கிறதை அவன் நிஜமாகவே பார்த்தான்.

கொஞ்ச நேரத்தில் பறையக்குடியே திரண்டு வந்து கடல்கரையில் நின்றிருந்தது. ஐசக் வீட்டில் இல்லை. கள்ளுக்கடையில் அடுத்த வீட்டு குருசுவுடன் நின்றிருந்தான். ஐசக்குடைய வலைக்காரர்களில் ஒருத்தன் ஓடிவந்து சொன்னான். கள்ளுக்கடையில் அண்ணாந்து கலயத்தை வாயில் சாய்த்துக் கொண்டிருந்த ரொசாரியாவையே வெறித்துப் பார்த்தான் ஐசக்கு. அந்தக் கணத்திற்கு, கடலில் பற்றியெரிகிற லாஞ்சித் தீ அவன் கண்களுக்குள் வந்துவிட்டது. ஐசக்கிடம் எப்போதும் கூர்மையான சூரிக்கத்தி ஒன்று உண்டு. அதை ஒருபோதும் அவன் கீழே வைத்தறியாதவன். தோல் உறையினுள்ளே உறங்கிக் கிடந்த அந்த அழகான கத்தியை உருவிக்கொண்டு ரொசாரியாவை நோக்கிப் பாய்ந்தான்.

"அடே மிலேச்சப் பயலே, லாஞ்சியக் கொளுத்திட்டு இங்க வந்து கள்ளா குடிக்கா?" என்று சொல்லிக்கொண்டே ரொசாரியாவுடைய நரை முடிகளடர்ந்த வலது பாரிசத்தில் குத்தினான். மிகுந்த ஆவேசத்தோடு அந்த இடத்திலிருந்து ரத்தம் பீய்ச்சியடித்தது. ஐசக்குடைய மேலெல்லாமும் ரத்தம். இரண்டாவதாக வயிற்றிலும் குத்தி, ரொசாரியாவைக் கீழே சாய்த்துப் போட்டான் ஐசக். அந்தப் பறையனுடைய உடம்பு கள்ளுக்கடை மணலில் கீழே விழுந்துவிட்டது. பிடிக்கவந்த குருசுவுக்கும், இன்னும் சில பேர்களுக்கும்கூட காயம்பட்டது.

அன்றைக்கு மணப்பாட்டுக் கோயில் துக்கமணி நாற்பத்தி இரண்டு தடவை மெதுவாக அடித்தது. செத்துப்போன ரொசாரியாவுக்கு நாற்பத்தி இரண்டு வயதுதான்.

○○○

ரொசாரியாவுடைய சாவுக்குப் பின்னால் ஒரு வாரத்துக்கு அவர்களுடைய அன்றாட வாழ்க்கையே கெட்டுப் போய்விட்டது. ஐசக்குக்குப் பைத்தியம் பிடித்துவிட்டது. அன்றைக்கு ரொசாரியாவைக் குத்திச் சாய்த்துவிட்டு அவன் நேரே கடல்கரையில் எரிகிற தன்னுடைய லாஞ்சியைப் பார்க்கப் போனான். அவனுடைய கனவு எரிந்துகொண்டிருந்ததையே வெறிக்கப் பார்த்துக்கொண்டு நின்றிருந்தான்.

எரிந்துகொண்டிருந்த லாஞ்சியின் மேலே அவனுடைய கேதரின் நின்றுகொண்டிருந்தாள். கேதரின் நீல வண்ணப் புடவை அணிந்து தேவதையைப்போல இருந்தாள். கல்யாணத்துக்குக் கட்டுகிற மேகவர்ண மஸ்லின் துணியைத் தலையில் கட்டியிருந்தாள். அதன் மேலே பொன்னிறத்தாலான சின்னக் கிரீடம் சூடியிருந்தாள். நாளெல்லாம் அடியும் வசவும் பட்ட கேதரினுக்கு

சாந்தி கிடைத்துவிட்டது. கேதரின் அவளுடைய தேவனிடம் போகிறாள். ஐசக், "கேதர், நீ சாவக் கூடாது, நீதான் எனக்கு வேணும் . . ." என்று கத்திக்கொண்டே எரிகிற லாஞ்சியில் ஏறப்போனான். எல்லோரும் வியப்புடன் அவனைக் கட்டிப்பிடித்துக்கொண்டு போனார்கள். அப்போதுதான் அவனுக்குப் பைத்தியம் பிடித்தது.

பிலோமி இதையெல்லாம் விடவும் பெரிய துயரங்களைச் சந்தித்தவளாதலால் அவளே கேதரினுக்கு அடிக்கடி ஆறுதல் சொல்லிக்கொண்டிருந்தாள். கேதரினுக்கு இன்னும் ஒன்றுமே புரியவில்லை. 'இதெல்லாம் ஏன் நடந்தது?' என்றுதான் அவள் தன்னையே கேட்டுக்கொண்டிருந்தாள். ஐசக்குக்குப் பைத்தியம் பிடித்திருந்தாலும் அவனை போலீஸ் விடவில்லை. கேஸ் நடந்தது.

பவுலுப்பாட்டாவுடைய துயரம் சொல்லி மாளவில்லை. அவர் அவர்களுக்குள்ளே ரொம்பப் பெரிய மனுஷரில்லையா? யாருடைய வீட்டில் எது நடந்தாலும் அவருக்கு அது தம்முடைய வீட்டில் நடந்ததுபோல எண்ணி கஷ்டமும் சந்தோஷமும் படுகிற ஒரு அபூர்வமான விசுவாசி. அவர் எல்லோரிடமும் சொல்லிக்கொண்டிருந்தார். "இந்த லாஞ்சியால் அநியாயமா ரொசாரியா செத்துப் போனான். இதால பறையனுகளே அழிஞ்சி போனாலும் போவானுக. வேதத்துல வார யூதாஸு காரியத்தைப் போல இதுக நம்ம குடியக் கெடுக்க வந்திருக்கு. நமக்க அப்பம் பாட்டனுவ எல்லாம் வல்லத்துலேயும் படவுகள்லயும் கடலுக்குப் போவலையா? இதுல வெரைசையாப் போயி மீனு புடிச்சி வாரிக் கொட்டிரப் போறானுவளாம். ஆசைக்கி அழிவுதா முடிவு. ரொசாரியாவ மொதப் பழிவாங்கிட்டு. இன்னம யாரைப் வாங்கப் போவுன்னு தெரியல்ல . . ."

9

ஊரிலே என்ன நடந்தால்தான் என்ன? அறுப்பின் பாண்டிகை வந்துவிட்டது. கோயில் முன்னே இருக்கிற உயரமான கொடிக் கம்பத்தில் சிவப்புப் பட்டுத் துணியில் காக்காப் பொன்னிழைகள் பதிக்கப்பட்ட கொடி பறக்க ஆரம்பித்துவிட்டது. தினமும் காலையிலும் மாலையிலும் ஆராதனைகள் நடந்தன.

அனேகமாக எல்லா வீடுகளிலும் விருந்தினர்கள் நிரம்பியிருந்தார்கள். பக்கத்து ஊர்களில் கல்யாணமாகியிருந்த பெண்கள் தங்கள் கணவன் வீட்டாருடன் வந்துவிட்டார்கள். எல்லாரையும் முகம் கோணாமல் உபசரிக்கிறது எப்படியென்று அந்த ஊர்ப் பெண்களுக்குத் தெரியும். போன வருஷம் பண்டியலுக்குப் பாவாடை சட்டை அணிந்து வந்திருந்த பிள்ளைகள் திடீரென, மாயச் சக்தியினால் வானிலிருந்து இறங்கிவந்த தேவதைகளைப்போல தாவணி அணிய ஆரம்பித்திருந்தார்கள். எல்லாப் பெண்களுமே அந்தப் பருவத்துக்குத் தாண்டுகிற சமயம் வெகு அற்புதமானது. அந்த க்ஷணம் அவர்களுக்குத் திடீரென்றுதான் சம்பவிக்கும். தன் சக தோழிகளுடன் கிளியந்தட்டோ தாயமோ ஆடிக்கொண்டிருக்கையில்கூட அது நிகழ வாய்ப்பிருக்கிறது. அப்போதே அந்தப் பெண்ணுக்கு இதுவரையிலும் இல்லாத வெட்கம், நளினம் எல்லாம் வந்து சேருகின்றன. இது ரொம்ப வேடிக்கையான விஷயந்தான்.

ரஞ்சியும் வந்துவிட்டாள். பிலோமியின் வீட்டுக்குத்தான் யாரும் வரவில்லை. செபஸ்திதான் கல்யாணம் ஆன பிறகும் அறுப்பின் பண்டியலுக்கு வந்து போய்க்கொண்டிருந்தான். அந்த வருஷம் அவனுக்கும் வரச் சௌகரியப் படவில்லையென்று எழுதிவிட்டான். அமலோற்பவ அக்காள் எந்த வருஷமுமே, புருஷன் வீட்டுக்குப் போன பிறகு வந்தவளல்லள். எல்லாருடைய வீடுகளிலும் குதூகலம் பொங்கி வருகிறதைத் தன் வீட்டுத் தாழ்வான ஓலை வேய்ந்த திண்ணையிலிருந்து பார்த்துக்கொண்டிருந்தாள் பிலோமி. அன்றைக்கு அறுப்பின் பண்டியலின் எட்டாம் திருவிழா. அன்றைக்குச் சாயந்தரம் கோயிலில் சப்பரம் புறப்படும். மரியம்மையின் சொரூபத்தை வைத்து பெரிய ஊர்வலமாக வருவார்கள். அன்றைய கட்டளை மீன்தரகமார்களான சாயபுமார்கள் செலவு. இந்தக் கட்டளை ரொம்ப காலமாக அங்கே நடந்து வருகிறது. தரகமார்கள் வேறு மதமாக இருந்தாலும் இதை அவர்கள் மிகுந்த பக்தி சிரத்தையுடனே செய்தார்கள். குரூசு வெளியே போயிருந்தான். பிலோமி போன வருஷ பண்டியலில் எட்டாம் திருவிழாவன்று கழிந்த சந்தோஷமான பொழுதுகளை நினைத்துப் பார்த்துக்கொண்டிருந்தாள். பழைய நாட்களை மீண்டும் நினைத்துப் பார்க்கிறபோது அதுதான் மனசுக்கு எவ்வளவு பிரியமானதாக இருக்கிறது.

ஊரிலே எல்லாரும் கோயிலின் முன்னே கொடி மரத்தைச் சுற்றி, சப்பரம் புறப்படுகிறதைப் பார்க்கிறதுக்காகப் பெருங்கூட்டமாகக் கூடியிருந்தார்கள். திருவிழாவுக்காக வந்திருந்த பலகாரக் கடைகள், வளையல் கடைகளில் ஜேஜே என்றிருந்தது. எங்கும் சந்தோஷத்தைத் தவிர வேறொன்றுமில்லை. கோயிலுக்குப் பின்னாலும், பக்கங்களிலும் வெளியூர்களிலிருந்து வந்திருந்த மாட்டு வண்டிகள் அவிழ்க்கப்பட்டுக் கிடந்தன. அந்த வண்டிகளின் கீழே ஜமுக்காளத்தை விரித்து குடும்பம் குடும்பமாக அமர்ந்து பேசிக்கொண்டிருந்தார்கள்.

பிலோமியும் சாமிதாஸும் கூட்டத்தை விட்டு வெகு தூரத்துக்கு விலகி வந்திருந்தார்கள். கடற்கரையோரமாகவே ஊரைத் தாண்டி, மணலில் நடந்துபோய் ஒரு இடத்தில் உட்கார்ந்துகொண்டார்கள். அந்த இடம் ஊருக்கு வெளியே கிளித் தோட்டத்துக்கு முன்னாலுள்ள கடற்கரை. தூரத்திலிருந்து ஜனங்களின் ஆரவாரம் கடல் அலைகளையும் மீறி இனிமையாகக் கேட்டுக்கொண்டிருந்தது. கோயிலைச் சுற்றிலும் போட்டிருந்த ‘டியூப் லைட்’டின் வெளிச்சம் மட்டிலும் ஒரே வெள்ளைப் புகையாய்த் தெரிந்தது. அப்போது பௌர்ணமிக்கு இன்னும் இரண்டு நாட்களிருந்தன. எதனாலும் ‘எங்களைப் பிரிக்க

முடியாது' என்பதுபோல இரண்டு பேரும் ஒருத்தரையொருத்தர் கட்டிப்பிடித்துக்கொண்டு மணலில் வெகு நேரத்துக்குப் படுத்திருந்தார்கள். காலடியில் அலைகள் மட்டும் வந்து வந்து பார்த்துவிட்டு மறுபடியும் கடலுக்குள்ளே சென்று கரைந்துபோயின. கிளித் தோட்டத்து வண்டிப் பாதையினூடே நேரம் கழித்துத் திருவிழாவுக்குப் போகிற மாட்டு வண்டிகள் இரண்டொன்று தென்னை மரங்களிடையே தோன்றியும் மறைந்தும் போய்க்கொண்டிருந்தன. அதைத் தவிர வேறே யாருமில்லை.

இரண்டு பேரும் ஒன்றுமே பேசாமல் மூச்சோடு மூச்சு இரைக்கும் நெருக்கத்தில் ஒருத்தரையொருத்தர் பார்த்துக்கொண்டிருந்தார்கள். அன்றைக்கு அத்தனை அந்நியோன்யத்திலும் சாமிதாஸ் ஒன்றுமே அத்துமீறிச் செய்துவிடவில்லை. அவளேதான் விரும்பி அவனுடைய கையைத் தன் தோளோடு பின்னிப் போட்டு இறுக்கியிருந்தாள். அவளுக்கு அப்படி இருப்பது ரொம்பவும் தேவையாக இருந்தது. அந்த நிலையிலும் அவனுடைய சுவாதீனமான நேர்மை அவளை மிகவும் கவர்ந்துவிட்டது. அந்த க்ஷணமே அவளுக்குள் அவன்மீது எந்தவித நிபந்தனைகளும் இல்லாத தீவிரமான பிரியம் மனசெல்லாம் பொங்கித் ததும்பிற்று. அவனுடைய சட்டைக்குள்ளிருந்து வீசிய வியர்வை நெடியை அவள் ரொம்பவும் ரசித்தாள். அது அவளுக்கு மயக்கத்தைத் தருகிறதாக இருந்தது. ஒரு கோடி மல்லிகை மலர்களின் மணம்போல அதை அவள் உணர்ந்தாள். அது ஏன் அப்படியென்று அவளுக்குத் தெரியாது. அவள் அவனுடைய மீசையைத் தொட்டுத் தடவினாள்; அவனுடைய மார்பு முடிகளில் முகத்தை வைத்துப் பிரேமையுடன் தேய்த்தாள். உலகமே அவனாகி அவள் கைப்பிடியில் இருக்கிறதுபோல எண்ணினாள். அப்போது தூரத்திலே தெரிகிற அவளுடைய ஊரில் அவளுக்கென்று ஒரு வீடு இருப்பதான ஞாபகமே இல்லை.

வெகு நேரத்துக்குப் பிறகு அவளுடைய விருப்பத்தின் பேரிலேயே அவனுடைய வாயில் தன்னுடைய கருத்த உதடுகளைப் பதித்து அவனிடமிருந்த ஜீவரசத்தை தாகத்துடன் பருகினாள். அப்போதும் அவனுடைய நேர்மை அவளை வெகுவாக இம்சித்துப் போட்டது. அந்த இரவிலேயே அவள் கடல் அம்மைக்கு அர்ப்பணமாகிக் கடலில் கரைந்துபோக வேணுமென்று ஆசைப்பட்டாள்.

அவனுடைய தோளில் சாய்ந்தபடியே அவளும் அவனும் நடந்து ஊருக்குத் திரும்பிக்கொண்டிருந்தபோது, ஊருக்கு மேலே

தென்னந்தோப்புகளின் உயரத்தையும் பொய்யாக்கிக்கொண்டு வாணங்கள் வெடித்து, வர்ணக்கோலப் பொடிகளாகச் சிந்திக் கொண்டிருந்தன. சப்பரம் கோவில் தெருவை விட்டுப் புறப்பட்டதுக்கு அதுதான் அடையாளம்.

அவளால் எதையும் சகித்துக்கொள்ள முடியும். சாமிதாஸை மட்டும் யாருக்கும் கொடுக்கச் சம்மதியாள். அவள் ஆசைப்பட்டதிலே எவ்வளவு காரியங்கள் நடந்ததுண்டு, இதுமட்டிலும் நடந்துவிட?

தூணில் சாய்ந்திருந்தபடியே மௌனமாக அழுதுகொண் டிருந்தாள் பிலோமி. தெருவில் கோவிலுக்குப் போகிறவர்களின் நடமாட்டம் அதிகமாகிவிட்டிருந்தது. அவள் விளக்கை ஏற்றவில்லை. இன்னும் அவளுக்கு அந்த நேரத்தில் அந்த இருட்டில் உட்கார்ந்திருப்பது மிகவும் பிடித்திருந்தது. அப்படியே எல்லாவற்றையும் விழுங்குகிற இருட்டு அவளையும் விழுங்கிவிடாதா என்று எண்ணினாள். படலிக் கதவைத் திறந்துகொண்டு யாரோ வருகிறதுபோல இருந்தது. குரூசுதான் கள்ளுக்கடையிலிருந்து திரும்பி வந்திருந்தான். "வெள்ளியும்..." மறைஞ்சு போச்சே, கடலில் வீணாய் வல்லம் தவிக்கலாச்சே என்ற பழைய பாட்டைப் பாடிக்கொண்டே அவளைப் பேர் சொல்லிக் கூப்பிட்டான்.

"ஊர்ல எல்லா வூட்லயும் ஒரே வெளக்கு மயமா இருக்கு. இந்தக் குட்டிக்கி ஒரு வெளக்குப் பொருத்தி வக்யதுக்குத் துப்பில்லாமப் போச்சே ... ஏ ... பிலோமி ..."

இருமிக்கொண்டே முற்றத்துக் கட்டிலில் விழுந்தான். பிலோமி நீர் மல்க அவனையே பார்த்துக்கொண்டிருந்தாள்.

"சேசுவே... எல்லா வேதனையையும் நான்தான் தாங்கணுமா? இந்த வயசில் இம்புட்டுக் கஷ்டங்கள் எதுக்காவக் குடுக்கீரு ஐயா..." என்று வாய்விட்டுப் புலம்பினான்.

குரூசு இருமிக்கொண்டே வாயில் வந்தபடி பேசிக்கொண் டிருந்தான். "அந்தத் தேவடியா மரியா இருந்தவரைக்கியும் வாத்திப் பெய கிட்டப் போயிச் செத்தா. இந்தக் குட்டி இந்த வயசிலேயே புருசனத் தேடிப் போயிட்டா போல இருக்கு. எந்த முண்ட எவங்கூட போனா என்ன? எனக்கு வல்லம் இருக்கு. கடல்ல மீனு இருக்கு ..."

பிலோமியால் அவன்மீது கோபப்பட முடியவில்லை. கட்டிலில் புரண்டுகொண்டிருந்த அவனையே பரிதாபத்துடன்

பார்த்தாள். எப்படியிருந்த வாழ்க்கை கடைசியில் கண்மூடித் திறக்கிறதுக்குள் இந்தக் கதியாகிவிட்டது? ஒரு வருஷத்திற்குள் என்னவெல்லாம் நடந்துவிட்டிருக்கிறது? பிலோமிக்கு உடம்பெல்லாம் நடுங்கிற்று. விளக்கைப் பொருத்தாமலேயே நடந்துபோய் வீட்டுக்குள்ளிருந்து ஒரு பழைய போர்வையை எடுத்துவந்து அவனைப் போர்த்தினாள்.

எல்லாவற்றையும் ஒரு சிறிதாவது மறக்க வேண்டுமென்று நினைத்து வீட்டைப் பூட்டி, சாவியை வாசல் நிலைப்படியில் வைத்துவிட்டு சேலையைத் தோளில் சுற்றி இழுத்து தலையில் முக்காடு போட்டுக்கொண்டு தெருவுக்குப் போனாள். கிழக்கே தெருத் திருப்பத்தில் நாலைந்து நாய்கள் கூடிச் சண்டையிட்டுக் கொண்டிருந்தன. சிறிது நேரம் அவளையறியாமலேயே அவைகளை வேடிக்கை பார்த்துக்கொண்டு நின்றிருந்தாள். ரஞ்சியைப் பார்க்க வேண்டும்போல இருந்தது. நிச்சயம் அவள் திருவிழாவுக்கு வந்திருப்பாளென்று தெரியும். ரஞ்சியின் வீட்டினுள் முன்னால் மாடக்குழியில் ஒரு பெட்ரூம் விளக்கு மட்டும் எரிந்துகொண்டிருந்தது. அதற்குப் பக்கத்தில் ரஞ்சியின் வயசான பாட்டி, வீட்டினுள் அவள் நுழைந்தது கூடத் தெரியாத நிலையில் கட்டிலில் காலைத் தொங்கப் போட்டுக்கொண்டு வெற்றிலை மென்றுகொண்டிருந்தாள். ரஞ்சியுடைய பாட்டிக்குக் கொஞ்சம் காது மந்தம் பிலோமிக்கு அந்த நிலையிலும் அந்தப் பாட்டியைக் காவலாய் அவர்கள் வைத்துவிட்டுப் போயிருந்ததை எண்ணிச் சிரிப்பு வந்தது. மெதுவாகச் சென்று அவள் காதருகே குனிந்து, "பாட்டி, ரஞ்சியெல்லாம் எங்க?" என்று கேட்டாள்.

"நீ ஆரு மோள?"

"நாந்தாம் பிலோமி..."

"ஆரு மரியம்மைக்க கடேசி மவளா?"

"ஆமா, ரஞ்சி எங்கே?"

"ஆரத் தேடுதா? ஒஞ் ஸ்நேகிதியத் தேடுதியா? அவ புருஷங்காரனோட கோயிலுக்குப் போயிருக்கா. இங்கேயும் வூட்ல எல்லாரும் போயிருக்காவ. நாந்தான் சாவமாட்டாத கௌவி தலையை ஆட்டிக்கிட்டு கெடக்கேன். நீ என்ன இம்புட்டு நேரங்கழிச்சுப் போறா!"

பிலோமி ரொம்பக் கஷ்டப்பட்டு மனசை அடக்கிக் கொண்டு தாழ்ந்த குரலில், "அப்ப நா போயிட்டு வாரேன் பாட்டி..." என்று சொல்லிவிட்டு தெருவில் இறங்கி நடந்தாள்.

அவள் கோயிலுக்குப் போகப் பிரியப்படவில்லை. அங்கே போனால் அவளால் பழைய நினைவுகளை மீண்டும் தவிர்க்க முடியாமல் ஆகிவிடும். எங்கோ அங்கொன்றும் இங்கொன்றுமாகப் போய்க்கொண்டிருந்தவர்களுடன் கூட நடந்தாள். மனம் மட்டும் அவளிடமில்லை. ஏதேதோ நினைவுகள். அதை அவளால் தவிர்க்க முடியவில்லை. திடீரென்று "ஆரு, பிலோமியா?" என்ற குரலைக் கேட்டு தன் நினைவுகளிலிருந்து மீண்டாள் பிலோமி, அவள் வாத்தியின் வீட்டு முன்னால் நின்றிருந்தாள். அவளுக்கே ஆச்சரியமாக இருந்தது.

"உள்ள வாயேன், எதுக்காவ வாசல்ல நிக்கா? நீ கோயிலுக்குப் போவலையா?"

அவருக்குக் கீழ்ப்படிந்து போவதுபோல அவர் பின்னே தலைகுனிந்து சென்றாள். "கோயிலுக்குப் போகல" என்றாள்.

"நீ எப்படி இவ்வளவு நேரத்துக்கு இங்க வந்தா? அப்பச்சி வூட்ல இல்லயா?"

"இருக்காவ. என்னமோ வரணுமிண்ணு தோணிச்சி; வந்தேன்."

"ஏன் ஒரு மாதிரியா இருக்கா?"

"ஒண்ணுமில்ல..."

"இல்ல, நீ சந்தோஷமாட்டு இல்ல... என்ன கஷ்டம் வந்திச்சி? மனசில் இருக்யத அடுத்த ஆளுகிட்ட வுட்டுச் சொன்னாதாஞ் சரி."

அன்றைக்கு இரவு வெகுநேரத்துக்கு பிலோமியும் அவரும் பேசிக்கொண்டிருந்தார்கள். அவளுக்கு அவருடன் தன்னுடைய எல்லா அந்தரங்கங்களையும் சொல்ல வேண்டும்போல இருந்தது. அவளுக்கென்று துக்கப்படவும் சந்தோஷப்படவும் கூடிய ஒரு புதிய மனுஷர் கிடைத்திருக்கிறார். இதற்காக அவள் மிகுந்த சந்தோஷப்பட்டாள். அவர் அவளுடைய மனசில் ஏதோ ஒரு இடத்தில், இதுவரை எந்தக் காலடியும் விழுந்திராத ஒரு இடத்தில் நடந்து போகிறதை உணர்ந்தாள். அவருடைய வீட்டு அலமாரியில் இருந்த கேக்குகளையும் பழங்களையும் இரண்டு பேரும் சாப்பிட்டார்கள்.

கோயிலில் சப்பரம் இறங்குகிற நேரத்துக்குப் பிலோமி அங்கிருந்து புறப்பட்டாள். அவரும் வீட்டைப் பூட்டிக்கொண்டு

அவளுடன் புறப்பட்டார். அவர் பூட்டைப் பூட்டும்போது தன்னுடைய சட்டையை அவளிடம் கொடுத்து வைத்திருக்கச் சொன்னார். அது பிலோமிக்கு ரொம்பவும் பிடித்திருந்தது. பூட்டிவிட்டுச் சட்டையை வாங்கிப் போட்டுக்கொண்டார். அவருடன் கூட நடக்கிறபோது ரொம்ப காலமாகப் பழகின ஒருவருடன் போவதுபோல இருந்தது பிலோமிக்கு. அவள் வேண்டாமென்று சொல்லியுங்கூட, அவர் அவளோடேயே அவள் வீடு வரையிலும் கொண்டுவந்து விட்டுவிட்டுப் போனார். அவர் போகிறதையே பார்த்திருந்துவிட்டு உள்ளே போனாள். குரூசு இன்னும் கட்டிலில்தான் சவத்தைப்போலக் கிடந்தான். அது அவளுக்கு ஒரு விதத்தில் ஆறுதலாக இருந்தது.

வீட்டினுள் நுழைந்து கதவைத் திறந்து குதூகலத்துடன் விளக்கைப் பொருத்தினாள். சாயந்தரம் இருந்த மனநிலைக்கும், இப்போதிருக்கிற சந்தோஷத்துக்கும் – அவளே நினைத்து ஆச்சரியப்பட்டுக் கொண்டாள். எல்லாவற்றையுமே மறந்து போனால் எவ்வளவு அற்புதம் மனசினுள் நிகழ்ந்துவிடுகிறது!

அவளுக்கு விசிலடிக்கத் தெரியும். சின்ன வயசில் ரஞ்சியும் பிலோமியும் தனியே எங்காவது போகிறபோது விசிலடித்துக் கொண்டே போவார்கள். ரஞ்சி விசிலில் பாட்டெல்லாம் படிப்பாள். ஆனாலும் பிலோமிக்கு நன்றாகவே விசிலடிக்க வரும். மெலிதாய் விசிலடித்துக்கொண்டே பின் வாசலுக்குப் போனாள். கடலுக்குப் போகிற நாலைந்து பேர்கள் வலைகளைச் சுமந்துகொண்டு பேசிக்கொண்டே போனார்கள். குரூசுவால் இனிமேல் அன்றைக்குக் கடலுக்குப் போக முடியாது. சிறிது நேரத்தில் விடிந்துவிடும். காலையில் இதையெல்லாம் ரஞ்சியிடம் சொல்ல வேண்டும். ரஞ்சி! அடீ ரஞ்சி! காலை வரையில் காத்திருக்க வேண்டுமேடீ . . .

வானத்தைப் பார்த்தாள். நிலவுத் துண்டு மேகங்களினூடே நடந்துகொண்டிருந்தது. எவ்வளவு துயரத்திலும் நிலவைப் பார்த்தால் மனம் சாந்தி பெறும். தென்னந்தோப்புகளினூடே கோயில் தெரிகிறது. பண்டியல் கடைகளில் சிலவற்றில் கூட்டம் இருக்கிறது. கடலின் ஆரவாரத்தை ஆசையுடன் கேட்டாள். அவள் வெகு நாட்களுக்கு அப்புறம் அப்படி இருக்கிறாள். இனி எந்த கஷ்டமும் அவளை ஒன்றும் செய்துவிடாதுபோல நம்பினாள்.

மறக்காமல் ஜெபம் செய்துவிட்டுப் படுத்தாள். படுக்கும் போது ஒரு கணத்துக்கு அவளுடைய அம்மையின் முகம் ஞாபகத்துக்கு வந்தது. அவள் இப்போது இருந்தால் பிலோமி

வாத்தியுடனிருந்துவிட்டு வந்ததை விரும்புவாளா? நிச்சயம் விரும்புவாள் என்றுதான் அவளுக்குத் தோன்றியது.

தூங்குகிற வேளையில் கடலின் ஆரவாரத்தைக் கேட்டுக் கொண்டே படுத்தால் காலையில் ரொம்ப சந்தோஷமாக இருக்கும் என்று மரியம்மை பல தடவை சொல்லியிருக்கிறாள். அந்தக் கடல் ரஞ்சியைப்போல, தரகனாரைப்போல, வாத்தியைப் போல வெகு அபூர்வமானது. அது தன் எழுச்சிமிக்க அலைகளால் எல்லோருக்கும் தன்னுடைய ஆசீர்வாதத்தைச் சொல்லுகிறது. அந்த ஆரவாரத்தில் மகிழ்ச்சியைத் தவிர வேறு ஒன்றுமில்லை. பிலோமி கடல் அலைகளின் பெருத்த சத்தத்தைக் கேட்டுக் கொண்டே தூங்கிப்போனாள்.

10

மறுநாள் ரஞ்சியே பிலோமியைத் தேடிக் கொண்டு அவள் வீட்டுக்கு வந்து சேர்ந்தாள். ரஞ்சியைக் கூட்டிக்கொண்டு பின்னால் கிணற்றடிக்குப் போனாள். முதலில் ரஞ்சி பிலோமியிடம் அவளுடைய அம்மை இறந்துப் போனதைப் பற்றிக் கேட்டாள். ரஞ்சிக்கு இதிலெல்லாம் அவ்வளவாக ஈடுபாடு கிடையாது என்றாலும் அவளும் துக்கம் கேட்டாள். இப்போது ரஞ்சியின் வயிறு பெரிசாகத் தெரிந்தது. இரண்டு மாதங்களுக்குள்ளே இதெல்லாம் நடந்திருந்தது. பிலோமி அவளுடைய வயிற்றை ஆசையுடன் தடவிக் கொடுத்தாள். ரஞ்சியிடம் அபூர்வமான அழகு மெருகேறிக் கிடந்தது. உடம்பெங்கும் நளினமான மினுமினுப்பு கூடியிருந்தது. லேசான சோர்வு அவளிடம் இருந்தது. அந்தச் சோர்வுதான் அவளுக்கு அவ்வளவு சோபையைக் கொடுத்திருந்தது. ஏக்கத்துடன் அவளையே நெருங்கி நின்றுகொண்டு பார்த்துக்கொண்டிருந்தாள். அவளுக்கு ரஞ்சியைப் பார்க்கப் பார்க்கத் தீரவில்லை. இவளுக்கு இவ்வளவு நாளும் இல்லாத அழகு எங்கிருந்து வந்து சேர்ந்ததென்பது ஆச்சரியமாக இருந்தது.

"ரஞ்சி, நீ எவ்வளோ அழகா இருக்கா தெரியுமா?"

ரஞ்சிக்குக்கூட லேசாக வெட்கம் வந்தது. தலையைக் குனிந்துகொண்டே அவளைப் பார்த்தாள். பிலோமி அவளைப் பிடித்து இழுத்து நெஞ்சோடு நெஞ்சாய் வைத்து அணைத்தாள். அவளுடைய முகமெங்கும் ஆசை தீர முத்தமிட்டாள்.

"ரஞ்சி ... ரஞ்சி, நீ மட்டும் ஆம்பளயா இருந்தா ஒன்னய வுடுவேனா?" என்றாள்.

அதன் பிறகு பிலோமி ரஞ்சியிடம் வாத்தியைப் பற்றியே பேசிக்கொண்டிருந்தாள். ரஞ்சி ஆழமான பெண்ணில்லையா? அவளுக்கு எல்லாவற்றையும் பிலோமி சொல்லத்தான் வேண்டுமா? ரஞ்சி பிலோமி சொல்கிறதை 'இதெல்லாம் இப்படித்தான்' என்கிற பாவனையில் கேட்டுக்கொண்டிருந்தாள். அவளுக்கு எதுவும் ஆச்சரியமாகவே இல்லை. அந்தப் பெண்ணுக்கு எப்படியோ மனசின் அபூர்வமான சாயல்களெல்லாம் அத்துப்படியாகி இருந்தன. இதெல்லாவற்றையும் அவள் அவளுடைய பிரியமான செபஸ்தியிடமிருந்த நாட்களில்தான் இதுபோன்ற, மனசின் நுட்பமான, எந்தக் காலடிகளினாலும் அழிக்கப்பட்டிராத இடங்களையெல்லாம் பரிச்சயம் செய்துகொண்டிருந்தாள். ரஞ்சி முடிவு செய்துவிட்டாள். பிலோமி வாத்தியிடம் பிரியமாயிருக் கிறாள் என்பது ரஞ்சிக்குத் தெரிந்து போயிற்று.

ஒரு நூறு அர்த்தங்களையுடைய புன்னகையை தன் உதடுகளினூடே அந்த நேரத்தில் தவழ விட்டாள் ரஞ்சி. 'அடீ கள்ளி! உன் மனசுதான் எவ்வளவு சீக்கிரமாக பிரியத்துக்கும், ஸ்நேகத்துக்கும் ஆட்பட்டுப் போகிறது' என்று எண்ணினாள்.

பிலோமி கேட்டாள். "என்ன ரஞ்சி, சிரிக்கா?"

"ஒண்ணுமில்லே ..."

"நீ அழுத்தக்காரி. சிரிக்காயின்னா அர்த்தமில்லாட்டுச் சிரிக்க மாட்டா?"

ரஞ்சி பின்னும் சிரித்துக்கொண்டே கேட்டாள், "பிலோமி ஒனக்கு வாத்தியப் புடிச்சிருக்கா?" என்று.

"ஆமா, வாத்தி ரொம்ப தங்கமான மனுசரு. அப்பச்சிக்கித்தான் வாத்தியக் கண்டா புடிக்கல்ல."

"அப்பம் சரி. நீ எப்படியும் சந்தோஷமாட்டு இருக்கணும். அதுதா ரஞ்சி மனசுக்கு அமைதியத் தரும் ..."

பிலோமி அவள் சொன்னதைக் கேட்டாளோ என்னவோ ரஞ்சியைக் கூட்டிக்கொண்டு அடுக்களை உள்ளில் நுழைந்தாள். ரஞ்சி உட்கார பாய்த் தடுக்கை எடுத்துப் போட்டாள். ரஞ்சியின் கையைப் பிடித்து உட்கார வைத்தாள். அந்தத் தோழி பிலோமியிடம் ஒரு குழந்தையைப்போல, அவளுடைய பிரியத்துக்கு முன்னால் அடக்கத்துடன் உட்கார்ந்தாள். பிலோமி அவளிடம் பழைய நாட்களை நினைவு கொண்டபடி

பேசிக்கொண்டே பால் இல்லாமல், அவளுக்குப் பிடித்தமான சூட்டில் காபி போட்டுக் கொடுத்தாள். ரஞ்சி அவளுடைய அன்பில் நனைந்துபோய் வார்த்தையாடாமல் அதை வாங்கிக் குடித்தாள். பிலோமி நீட்டிய கையைப் பிடித்துக்கொண்டே கஷ்டப்பட்டு எழுந்து புறப்பட்டாள். ரஞ்சி பிலோமியுடைய கையைப் பிடித்துக்கொண்டபோது ரஞ்சிக்கு நெஞ்சே கீழே விழுந்துவிட்டது மாதிரி இருந்தது. அந்தக் கை எவ்வளவு நேசத்தை வாரிக் கொடுக்கிற கை. இந்த ஸ்நேகமெல்லாம் என்ன விலை பெறும்? வீட்டுக்கு வெளியே ஆர்ப்பரிக்கிற கடலையே கொடுத்தால்கூட தகுதியானதுதானா? இதெல்லாம் எப்படித் தானே விளைகின்றன? மனுஷர்களுக்குள்ளே மிகவும் கொடியவர்களென்று சொல்லுகிறோமே அவர்களுக்கும் இதுபோல ஒரு ஸ்நேகிதம், இதுபோல ஒரு நேயமான கையை அறிமுகமில்லாமலா இருக்க முடியும்? இதெல்லாம் எவ்வளவு பரந்தது. ஆழமானது; அந்தக் கடலையே போல. இவைகளிலெல்லாம் தான் வாழ்வின் பிடிப்புகள் பிரித்துப்போட இயலாதபடி மாயமாய் பிணைந்து கிடக்கின்றன. எவ்வளவு கொடுமையானதாக வாழ்க்கை வருத்தினாலும் இங்கே யாரும் சாகப் பிரியப்படவில்லை. அதற்கு இந்த ஸ்நேகங்களும் பிரியங்களும்தான் காரணம்.

பிலோமி வீட்டைப் பூட்டிக்கொண்டு ரஞ்சியோடு கூட அவளுடைய வீடு வரையிலும் போனாள். வீட்டில் ரஞ்சியுடைய மாமா மாமிக்கெல்லாம் பிலோமியை உரிமையுடன் அறிமுகப் படுத்தி வைத்தாள்.

ரஞ்சி தன் புருஷனிடம் எத்தனையோ இரவுகளில் பிலோமியைப் பற்றிச் சொல்லியிருக்கிறாள். ரஞ்சியுடைய புருஷனுக்கு பிலோமியை முதல்முதலாகப் பார்த்தபோதே இதுதான் ரஞ்சியுடைய பிலோமி என்று தெரிந்துபோயிற்று. இந்தக் குட்டியிடம் அப்படி என்னத்தைக் கண்டுவிட்டு ரஞ்சி வாய் ஓயாமல் இவளைப் பற்றிச் சொல்லுகிறாளேயென்று ஆச்சரியத்துடன் பிலோமியை அன்று அவன் பார்த்தான். ரஞ்சியை விடவும் பிலோமி கருப்பாகத்தான் இருந்தாள். அவனுக்குப் பிடித்தது பிலோமியுடைய கருத்த உதடுகள்தான். அதையே தான் அவன் வெறிக்கப் பார்த்திருந்தான். சாமிதாஸுக்கும் பிலோமியிடம் அவளுடைய கருத்த உதடுகளைத் தான் ரொம்பவும் பிடித்திருந்தது. இத்தனைக்கும் மிகச் சிறிய உதடுகள் அவை. தட்டையான பாகத்தில் ஒரு அபூர்வமான மினுமினுப்பு கூடியிருந்தது. அதுதான் இந்த ஆண்களைக் கவருகிறதா? வாத்திக்குப் பிலோமியில் பிடித்தது எது, இந்தக் கருத்த உதடுகள் மட்டுந்தானா? அதற்காகத்தான் வாத்தி

பிலோமியை விட அந்த இருட்டில் அவளுடைய வீடு வரையிலும் வந்திருப்பாரோ? இருக்கலாம். ஆனாலும் பிலோமியின் உதடுகள் அழகில்லையென்று யாரால் சொல்லிவிட முடியும்?

ரஞ்சியுடைய புருஷன் பிலோமியிடம் எல்லாரையும் பற்றி விசாரித்தான். ரஞ்சியின் புருஷனுடைய குரல் அபூர்வமானது. அது கோயில் முடிந்து எல்லோரும் வெளியே வருகிறபோது கோயில் வாத்தி போடுகிற 'ஆர்கனை'ப்போல இனிமையாயிருந்தது. அவனுடைய உடம்போ கரடுமுரடானது. அவ்வளவு பெரிய உடம்பும் ரஞ்சியுடையதுதான். அந்த உடம்புக்கும் குரலுக்கும் எவ்வளவு தூரமிருந்தது. அன்றைக்கும் பிலோமி மிகுந்த சந்தோஷத்தோட வீட்டுக்குப் போனாள். எல்லா நாட்களுமா இப்படி இருந்துவிடுகின்றன?

OOO

கடலுக்கு அமாவாசை வந்ததென்று எப்படித் தெரியும்; எவ்வளவு பெரிய அலைகளை மடித்துச் சுருட்டிக்கொண்டு வந்து பரந்த மணல் பரப்புக்குக் காட்டிவிட்டு பத்திரமாய் கடலுக்குள் திரும்பிக் கொண்டுபோகின்றன. காற்றுக்குக்கூட இதெல்லாம் எப்படியோ தெரிந்துபோய்விடுகிறது. கடலும் இருட்டும் கலந்துகொண்டு என்ன நிருத்தியம் அங்கே? கடல் அமளி துமளிப்படுகிறது.

பெரிய மாமியா பொருத்தி வைத்திருந்த ஒற்றை விளக்கையும் அந்தக் காற்று ஆசையுடன் தழுவி அணைத்துக்கொண்டபோது பெரிய மாமியா சாப்பிடப் போய்க்கொண்டிருந்தாள். காற்றைச் சபித்துக்கொண்டே தடவித்தடவிக் கூரை மூங்கிலடியிலிருந்த தீப்பெட்டியைக் கண்டுகொண்டாள். அதைப் பொருத்தும் போது அவளுடைய வீட்டுக்குப் பின்னால் தென்னந்தோப்பின் இருளிருந்து யாரோ பாடுகிறது கேட்டது. பெரிய மாமியாவின் சுருங்கி வரிவிழுந்து போயிருந்த கண்கள் அகல விரிந்தன. மாமியா ஆச்சரியத்துடன் காதைக் – கூரையிடுக்கினூடே வைத்துக் கேட்டாள். இன்னும் பாட்டுச் சத்தம் கேட்டது, கதவைத் தள்ளிக்கொண்டு வெளியே வந்து பார்த்தாள். காற்றில் அலைந்த திரிச்சுடரைத் தூண்டிப் பெரிதாக்கிக்கொண்டு வீட்டைச் சுற்றிக்கொண்டு பின்புறம் போனாள். கோம்பை நாய் வெளிச்சத்தைப் பார்த்து தலையைச் சாய்த்துப் பார்த்து மாமியா போகிறதைப் பார்த்துவிட்டுச் சலிப்புடன் கால்களுக்குள் தலையைப் புதைத்துக்கொண்டது. விளக்கு வெளிச்சத்தில் கோடுகோடாய் தென்னை மரங்கள் மணலில் மடிந்துமடிந்து விழுந்திருந்தன. பெரிய மாமியா நடக்கிறபோது கைகளும், தலையும் நடுங்கும். கோம்பை நாய் சில சமயங்களில்

மொணமொணக்கிறது போலவே சத்தமும் மெதுவாகக் கேட்கும். பாட்டுக்குப் பக்கத்தில் போனாள் பெரிய மாமியா. ஒரு ஆள் ஆஜானுபாகுவாய் மணல் தரையில் மல்லாந்து படுத்துக் கிடந்து பாடிக்கொண்டிருந்தான். மாமியா, அவனருகே லைட்டைக் கொண்டுபோய் குனிந்து பார்க்கிறவரை ஒன்றும் நடக்காத மாதிரிப் பாடிக்கொண்டிருந்தான். அது பறையர்கள் பாடுகிற ஒரு பழைய பாட்டுதான். பெரிய மாமியா ஆச்சரியத்துடன் அவனை இனங்கண்டு, "அடப்பாவி மவனே, ஐசக்கல்லா நீயி..." என்றாள்.

ஐசக்கு கண்களை நிலைக்குத்தாய் நிலைக்கவிட்டு மாமியாவையே பார்த்துக்கொண்டிருந்துவிட்டு அடையாளம் தெரிந்த பாவனையில் லேசாகச் சிரித்தான். பெரிய மாமியா அவனிடம் சொன்னாள், "லே மக்கா, இது என்ன ராவிருட்டில இங்கன படுத்துக்கெடக்கா? வூட்டுக்குப் போவாண்டாமா?" என்றாள். அவன், ஐசக்கு மறுபடியும் விட்ட இடத்திலிருந்து பாட ஆரம்பித்தான். மாமியா கொஞ்ச நேரம் அவனோடு நின்றிருந்துவிட்டுத் திரும்பி நடந்துபோனாள். "எப்படி இருந்த பெயலுக்கு இப்படி ஒரு வாழ்வு வந்துவிட்டது..." என்று சொல்லிக்கொண்டே போனாள்.

ஐசக்கு மீது குலசேகரப் பட்டினத்து போலீஸார் போட்ட கேஸ், குடிவெறியில் கொலை செய்தது ருசுவாகவில்லையென்று விடுதலையாகிவிட்டது. ஜெயிலுக்குள்ளே இருக்கையிலே ஐசக்குக்கு புத்திக்குச் சரியில்லாமல் போனது. கேதரினை அவளுடைய தாய்மாமன் வந்து கூட்டிக்கொண்டு போய்விட்டார். இந்த ஐசக்கு மட்டும் எங்கேயும் போகாமல் தன்னுடைய லாஞ்சி இருந்த கடல்கரையில் வந்து இரவும் பகலும் காத்திருக்க ஆரம்பித்துவிட்டான். கடலை வெறித்துப் பார்த்துக்கொண்டு நிற்பான். இப்போது மணப்பாட்டுக் கடல்கரையில் மூன்று லாஞ்சிகள் நிற்கின்றன.

வழக்கம்போல வல்லங்களோடு நாட்டுப் படவுகளும் லாஞ்சி களும் கடலுக்குப் போகின்றன. வல்லங்கள் போக முடியாத தூரங்களிலும், மீன்கள் அதிகம் கிடைக்கக்கூடிய இடங்களிலும் மூன்று லாஞ்சிகளுக்கும் மற்ற வல்லத்துக்காரர்களுக்கும் கடலில் மிக மோசமான வெறியூட்டுகிற போட்டி நடக்கிறது. நடுக்கடலில் இன்னும் எந்தப் பறையனும் வெட்டிக்கொலை செய்யப் படாததைத்தவிர வேறு எல்லாம் நடந்தன. எல்லாருக்காகவும் ரொம்பவும் கவலைப்பட்டவர் பவுலுப் பாட்டாதான்.

ஒரு நாளில் ஊர்க்கூட்டம் போட்டு பேசினார்கள். ஆனால் ஒருத்தருக்கொருத்தர் விட்டுக் கொடுக்கிறபடியாயில்லை.

வல்லத்துக்காரர்களுக்கு வரவர மீன்கள் குறைந்து போயின தரகமார்களிடம் பட்ட கடன்களுக்கு ஈட்டு மீன் கூடக் கொடுபடாமல் ஆயிற்று.

லாஞ்சிகள் மூன்றும் நிரம்பி வழிந்தன. ரொசாரியாவை விடவும் அவனுடைய மகன் புத்திசாலியாக இருந்தான். 'நீலப்பூ'வுக்கு குளச்சலிலிருந்து புதிதாக வலைக்காரர்களைக் கூட்டிக்கொண்டு வந்தான் லாசரு. குரூசுவுடன் வல்லத்துக்கு வருகிற சிலுவை கூட சாமிதாஸுடைய அப்பச்சியின் லாஞ்சிக்குப்போகப் போகிறதாகச் சொல்லிக்கொண்டிருந்தான். குரூசுவால் அவனுக்குக் கூடுதலாகக் கொடுக்கவும் வழியில்லை. சிலுவையை லாஞ்சிக்குப் போகவிடாதபடிக்கு செய்துகொண்டிருந்தது பிலோமிதான். அவன் பிலோமிக்காகத்தான் வல்லத்துக்கு வருகிறான், அவனுக்குச் சமயம் தெரியும், அப்போது பிலோமியைக் கொத்திக்கொண்டு போக எண்ணியிருந்தான். அவன் கல்யாணமாகி இன்னாசிக்கு இரண்டு பிள்ளைகள் பெற்றுக் கொடுத்திருந்தால் என்ன? சாயந்திரத்தில் வல்லத்துக்குப் போக வலை எடுக்க வருகிறபோது குப்புறப்படுத்து உறங்குகிற பிலோமியை அவனால் மனதிலிருந்து நீக்க முடியவில்லையே.

இடையே ஒரு நாள் குரூசுகூட வீட்டிலில்லை. இவன் வலைக்காக வந்திருந்தான். பிலோமி மத்தியானம் படுத்தவள் நல்ல உறக்கம் கொண்டிருந்தாள். இவன் வாசற்படியில் நின்று பார்த்துக்கொண்டிருந்தான். உறக்கத்தில் அவளுடைய மாரில் சேலை இல்லை, காலில் முட்டுவரை விலகிக் கிடந்தது. அவளுடைய கருத்த வாளிப்பான யௌவனம் இவனைச் சீண்டிப்போட்டது. உறங்கிக்கொண்டிருந்தாலும் பெண்ணுக்கு இந்த உள்ளுணர்ச்சி மட்டும் எப்படித் தூங்காமலிருக்கிறதென்று தெரியவில்லை. திடீரென்று விழித்துக்கொண்டு விட்டாள் பிலோமி. சிலுவை வெறியோடிய கண்களுடன் நின்றிருந்தான். பிலோமி பதறி எழுந்து சேலையை இழுத்துப்போட்டாள். இவன் அர்த்தமில்லாமல் சிரித்தான்.

"என்ன வேணும்?"

"ஹி... ஹி அப்பச்சி இல்லையா?"

"இல்லன்னுதான் தெரியுதே... அதான நீ இம்புட்டு நேரம், தூங்குதவள முழிச்சிப் பாத்துக்கிட்டு நிக்கா..."

"இல்லை, நா இப்பத்தான் வந்தேன்."

"ஆருக்குத் தெரியும்?"

“அப்பச்சி வந்தாக்க சிலுவை வலையத் தூக்கிட்டுப் போயாச்சின்னு சொல்லு...” என்று சொல்லிவிட்டுப் போனான். அவன் போன பிறகு பிலோமிக்கு அவன் மீது கோபம் வரவில்லை; பரிதாபமாக இருந்தது.

சாமிதாஸுக்கு பெரிய தாழையூரில் பெண் நிச்சயமாகிவிட்டது! பிலோமி ஞாயிற்றுக்கிழமை கோவிலுக்கு ரஞ்சியோடு போய் வருகிறாள். ரஞ்சியுடைய புருஷன் உவரியூருக்குப் போய்விட்டான். ரஞ்சியை மட்டும் பிரசவத்துக்காக விட்டுப்போயிருக்கிறான்.

அன்றைக்கொரு ஞாயிற்றுக்கிழமையில் சாமிதாஸ் வீட்டினர் எல்லோரும் கோயிலுக்கு வந்திருந்தார்கள். சாமிதாஸ் மட்டும் புதிய வேஷ்டி கட்டியிருந்தான். அவனுடைய அப்பச்சியும் அம்மையும் முதலிலேயே கோயிலுக்குள்ளே போயிருந்தார்கள். அனுடைய தாத்தா காபேல் கோயில் வாசல் நடையிலேயே உட்கார்ந்துவிட்டார். சாமிதாஸ் மட்டும் தன்னுடைய சிநேகிதர்களுடன் வெளியே நின்று பேசிக்கொண்டிருந்தான். அப்போதுதான் பிலோமியும் ரஞ்சியும் கோயிலுக்குள் நுழைந்து கொண்டிருந்தார்கள். ரஞ்சிதான் சாமிதாஸை முதலில் பார்த்துவிட்டு பிலோமிக்கு காண்பித்தவள். பிலோமிக்குள் சர்வமும் ஒரு பொழுதுக்குள் அடங்கிப்போனது. அவனையே பார்த்துக்கொண்டு நின்றிருந்தாள். அவன், சாமிதாஸும் அவளைப் பார்த்துவிட்டான். என்றாலும், பிலோமியைப் பார்க்கிறதைத் தவிர்க்கிறதுக்காக அவளுக்கு முதுகைக் காட்டிக்கொண்டு திரும்பி நின்றுகொண்டான், அன்றைக்கு அவனைப் பார்க்க ரொம்ப அழகாக இருக்கிறதாகப் பட்டது பிலோமிக்கு. அவனுடைய தங்கை டாரதி கோயில் கிணற்றுப் பக்கமிருந்து வந்துகொண்டிருந்தவளை பிலோமி, “ஷ... ஷ... ஏ, டாரதி இங்க வா” என்று கூப்பிட்டாள். அவளும் புதுச்சட்டை தாவணியெல்லாம் அணிந்திருந்தாள். அவளிடம், “ஏய் இன்னைக்கி என்ன அவிய ஒரு நாளும் இல்லாம கோயில் பூசைக்கி வந்திருக்காவளே” என்று தவிப்புடன் கேட்டாள். பிலோமிக்கு மனசுக்குள் எல்லாம் தெரிந்துபோயிற்று. ஆனாலும் டாரதியிடம் கேட்டாள். ரஞ்சி இன்னமும், சாமிதாஸ் அவன் சிநேகிதமார்களுடன் பேசுகிறதையே பார்த்துக்கொண்டிருந்தாள்.

“என்னக்கா இப்பிடிக் கேக்கா, இன்னைக்கித்தா அண்ணனுக்கு ஓல கூறுதாவ. உள்ள வா, எதுக்காவ வெளிய நின்னுட்டியோ ரெண்டு பேரும். அண்ணனுக்க கிட்டப் பேசணுமா?”

“இல்ல. அவியகிட்டப் பேச இன்னம என்னவுண்டு?”

பிலோமிக்கு அழுகை வந்துவிட்டது.

"ரஞ்சி கோயிலுக்குப் போவணுமா? என்னால் உள்ளுக்கு வர முடியல்ல . . . நா வூட்டுக்குப் போறேன் . . ." என்று தலையைக் குனிந்தபடியே புறப்பட்டாள் பிலோமி. ரஞ்சி அவள் கையைப் பிடித்து இழுத்தாள். சாமிதாஸ் இதையெல்லாம் பார்த்துக்கொண்டுதான் நின்றிருந்தான். அவனுடைய மனசு மட்டும், "பிலோமி . . . பிரியமான பிலோமி," என்று சொல்லிக் கொண்டிருந்தது.

"என்னய வுடு ரஞ்சி, நா போவட்டு."

ரஞ்சி சோகத்துடன் சிரித்தாள். இதுபோல எந்தத் துயரத்தினூடேயும் சிரிக்க ரஞ்சியைத் தவிர வேறு யாரால் கூடும்?

"இல்ல. நீ உள்ளுக்க வரணும். சாமிதாஸுக்கு ஓல கூறுதகக் கேக்கணும். நீ கேக்காம யாரு கேக்கப் பாத்தியதை உள்ளவா? உன்னக்க சாமிதாஸுக்குப் பொஞ்சாதியா ஆரு வாராண்டு தெரிய வாண்டாமா? பேசாம உள்ளே வா" என்று அவள் கையைப் பிடித்து இழுத்துக்கொண்டு போனாள். பிலோமி சேலைத் தலைப்பினால் கண்களைத் துடைத்துக்கொண்டே உள்ளே போனாள்.

சாமிதாஸ் நெகிழ்ந்துபோய் கோயிலுக்குள்ளே போகிற பிலோமியையே பார்த்திருந்தான். சாமிதாஸுடைய தங்கச்சி டாரதிக்கு இதெல்லாம் புரிந்தும் புரியாமலும் இருந்தது. அவள் வியப்புடன் அடிக்கடி பிலோமியும் ரஞ்சியும் இருந்த பக்கமே திரும்பிப் பார்த்துக்கொண்டிருந்தாள்.

ரஞ்சி பிலோமிக்கு ஒரு கஷ்டமான நிலையை உண்டாக்கி விட்டாள். பிலோமிக்கு அழுகை பொங்கிப்பொங்கி வந்தது. வாய்விட்டு அழ முடியவில்லை. அவளால், பாதிரியார் வேதத்தி லுள்ள ஏதோவொரு பகுதியை வாசித்துவிட்டு 'வாசித்தாக வேண்டிய முதலாம் பாடம் வாசித்தாகிவிட்டது' என்றார். பிலோமியும் ரஞ்சியும் நல்லவேளையாகக் கடைசியில் இருந்தார்கள். ஒரு வகையில் இது ரொம்பவும் சௌகரியமாக இருந்தது. ரஞ்சி பிலோமியிடம் அடிக்கடி தாழ்ந்த குரலில் "ஸ் ஸு . . . இது என்ன பச்சப் புள்ளப்போல அழுகா. எல்லாந் தான் முடிஞ்சி போச்சின்னு சும்மா இருப்பியா. அவென் அங்கனதான கல்லுமாதிரி நிண்டான். ஒங்கிட்ட என்னம்மாவது சொன்னியானா? . . . நீ என்னடான்னா அவனுக்காவப் பச்சப் புள்ளயோ மாதிரி அழுகா . . ." என்று பிலோமியுடைய கண்ணீரைப் பிறர் பாராத படிக்குத் துடைத்துவிட்டாள்.

எல்லோரும் எழுந்து நின்று, 'ஏன் இந்தப் பாடுதான் சுவாமி, என்ன தருவேன் இதற்கீடு நான் . . . ' என்ற பாட்டைப் பாடினார்கள். அந்தப் பாட்டு அவளுக்காகவே பாடினதுபோல இருந்தது பிலோமிக்கு. அந்தப் பாட்டை அவளுடைய அம்மை அடிக்கடி பாடுவாள். ரஞ்சி எல்லாவற்றையுமே பாட்டில் கரைத்துவிடச் சித்தங்கொண்டவளைப்போலப் பாடினாள். " . . . ஆத்துமத் துயர் நீங்கிடவும் குழம்பாக உதிர வேர்வை ஓடவும் . . ." என்கிற அடிகளைப் பாடும்போது அவளுடைய குரல் வெகுவாகத் தவித்தது. அதிலே அடர்ந்து கிடந்த துயரம் இன்ன மட்டிலுமென்று சொல்ல முடியாது.

அதன் பின்னே பாதிரி திருமண அறிக்கையை வாசிக்கலானார். பாட்டு வாத்தியுடைய ஆர்கன் இசை மெதுவே கோயிலுக்குள் அலைந்துகொண்டிருந்தது. பாதிரி சொன்னார்.

"இடிந்தகரை ஊர் சபையைச் சேர்ந்த தீமோத்தேயுவின் புதல்வியும் ஏசாயா பர்னாந்துவின் பேத்தியுமான செல்லக்கனி குளோரிந்தாளுக்கும் மணப்பாட்டு ஊர்ச் சபையைச் சேர்ந்த லாசரு பர்னாந்துவுடைய இரண்டாவது புதல்வனும், காபேல் பர்னாந்துவுடைய பேரனுமான சாமிதாஸுக்கும் வருகிற மார்ச் மாதம் பதினாறாம் தேதியில் பரிசுத்த விவாஹத்துக்கென்று நிச்சயிக்கப்பட்டிருக்கிறார்கள். இவர்கள் விவாஹம் செய்கிறதில் நியாயமான காரணங்களுடனே கூடிய ஆக்ஷேபணை எவருக்கேனும் உண்டாயிருக்கிற பட்சத்தில் அதைச் சபை முன்புக்கு தெரிவித்துக்கொள்ளக் கேட்டுக்கொள்ளப்படுகிறார்கள்."

ரஞ்சி பிலோமியைப் பார்த்தாள். பிலோமி கோயிலுக்கு வெளியே ஜன்னலினூடே தெரிந்த சாமிதாஸுடைய முகத்தையே பார்த்துக்கொண்டிருந்தாள். அவனுங்கூட கண்கலங்கிப் போய்த்தான் நின்றுகொண்டிருந்தான். அவனுக்கு, இப்போதே பிலோமியுடைய கையைப் பிடித்துக்கொண்டு நேரே பாதிரியார் முன்புக்குப் போய் நிற்க வேண்டும்; இவளோடு நான் ரொம்ப சிநேகமாயிருக்கிறேன், இவளைத்தான் கட்டிக்கொள்வேன் என்றெல்லாம் சொல்ல ரொம்பவும் ஆசையாக இருந்தது. பிலோமியே அப்போது எழுந்து நின்று ஆக்ஷேபணை உண்டென்று சொன்னால் போதும். விவாஹம் நடக்க முடியாது. ஆனால் பிலோமி அப்படிச் சொல்லவில்லை.

கோயில் முடிந்து பிலோமியும் ரஞ்சியும் எதுவுமே நடந்திராததுபோலத் திரும்பினார்கள். கோயில் தெருவுக்குள்ளே நுழையும்போது மட்டும் பிலோமி சொன்னாள். "ரஞ்சி, இன்னைக்கி கடல்கரை வழியாகப் போவணும்போல இருக்கு வாயேன்..." என்று. ரஞ்சி அவளிஷ்டப்படியே அவளோடுகூட

அந்தத் தென்னந்தோப்புகளினூடே நடந்துபோனாள். தரகனார் தோப்புக்குள் நின்றிருந்தார். அன்றைக்கு அவருடைய தோப்பில் 'தேங்காய் பறி' நடந்துகொண்டிருந்தது. அதை அவர் மேற்பார்வை செய்துகொண்டிருந்தார்.

கடல்கரையில் நடக்கும்போது இரண்டு பேரும் பேசிக் கொள்ளவில்லை. பிலோமி தன்னுடைய ஞாபகங்களை அந்தக் கடல் அலைகளுக்குச் சொன்னாள். அந்த அலைகள் ஒவ்வொன்றாகப் புரண்டுவந்து அவளுடைய சேதியைக் கேட்டுச் சென்றன. கடல்கரையைச் சுற்றிக்கொண்டு பிலோமியுடைய வீட்டினருகே வந்ததும் பிலோமி சொன்னாள், "ரஞ்சி, எல்லாந்தான் முடிஞ்சி போச்சே. இன்னம என்ன இருக்கு கவலைப்பட?" என்றாள்.

11

அதற்கப்புறமாய் ஒரு வாரம் கழித்து ஒருநாள் குரூசு அவசரஅவசரமாய் வீட்டுக்குத் திரும்பினான். பிலோமி திண்ணையிலிருந்துகொண்டு ரொம்ப நாளைக்குப் பிறகு சங்கீத புஸ்தகத்தை வாசித்துக் கொண்டிருந்தாள்.

"குட்டி மோளெ..." என்று கூப்பிட்டுக்கொண்டே வந்தான். அவனுக்குச் சந்தோஷமாக இருந்தால் அவளை அப்படித்தான் கூப்பிடுவான்.

"ஒங்கிட்ட சேதி பேசணும்..." என்று சொன்ன படியே அவளருகில் திண்ணையில் உட்கார்ந்தான். அவளுடைய முகத்தில் கிடந்த முடிகளை ஒதுக்கிப் போட்டான். அவளுடைய முதுகைத் தடவிக் கொடுத்தான். இவ்வளவு நாளைக்கப்புறம் அவனுக்கு இதெல்லாம் ஞாபகத்துக்கு வந்திருக்கிறது. அவளை இப்படியெல்லாம் சீராட்ட வேண்டுமென்று தோன்றியிருக்கிறது. அவன் அன்றைக்குக் குடித்திருக்கவில்லை. பிலோமிக்கு இதெல்லாம் ரொம்ப ஆச்சரியமாக இருந்தது... "அப்பச்சி என்ன சொல்லுது?"

குரூசு கொஞ்ச நேரத்துக்கு தன்னுடைய கருத்துக் காய்த்துப் போயிருந்த உள்ளங்கையைப் பார்த்துக்கொண்டேயிருந்தான். அந்த இடம் துடுப்பு பிடித்துக் கனத்த அட்டை மாதிரி விறைத்துப் போயிருந்ததைப் பிலோமி பார்த்தாள்.

"இன்னமயும் இங்க இருக்யதுக்கு வழியில்ல. நம்ம பழய வல்லத்துல போயி முன்னயப்போல மீனு அகப்படயில்ல. நாட்டுப் படவுக்காரனுவளால

லாஞ்சிக்காரனுவட்ட மல்லுக்கு நிக்கவும் தோது இல்ல. நாம என்ன செய்யிது? அதும் உனக்க அம்ம மரிச்சுப் போன நாளு மொதலா இந்த வூடு கொஞ்சநஞ்சமாட்டு நொறுங்கிட்டு வருது. ஒனக்குத் தெரியாத சங்கதியோ எதுவும் இல்ல. இந்தக் கடலு இன்னம ஏழ பாழயளுக்குக் கஞ்சி ஊத்தாது. மனுஷனோட அழிச்சாட்டியத்துல மெரண்டு போயி நிக்கி. நடுத்தெருவுலயிம் கோயில் தெருவிலயிம் ஆரேழு குடும்பங்க வூட்டக் காலி ஆக்கிட்டுப் போயிட்டுது. உனக்கத் தாயி மாமேன் வூடெல்லா நொறுங்கிக் கெடக்கு. அவனுக்க மாமியா கஞ்சிக்கி இல்லாம பனை வடலியளுக்குள்ள செத்துக் கெடந்தானிட்டுச் சொல்லுவதானுவ... ப்ச... அந்த மயிரு கதயல்லாம் எதுக்கு? நா வல்லத்தெ விக்யதுண்ணு நெனச்சிட்டேன். நம்ம வலைக்கார சிலுவப் பெயலே, எடுத்துக்கிடுதேன் மாமாங்காரன். அந்தப் பெயல நாங் கடலுக்கு கூட்டிக்கிட்டுப் போவும் போது அவனுக்கு பதினாறு வயசுதா. உனக்க தாத்தாவும் இருந்தாவ. அவனுக்க அம்மாக்காரி அன்னமரியா தா கொண்ணாந்து அப்பச்சி கிட்ட வுட்டுட்டு, ‘அண்ண, நீதா இந்த அப்பச்சியத் தின்ன பெயல ஒரு வழிக்கிக் கொண்டார’முண்ணு சொல்லிட்டுப் போனா. இவ்வளவு நாளுவரைக்கியும் அவென் விஸ்வாசமாத்தா இருக்கான். மிந்நூத்தம்பது ரூவாக்கி கெரயம் சொல்லியிருக்கான். நாளச்சென்டு மறுநாளைக்கு தருவான். நாம இங்க இருக்யதுகளக் கெட்டி எடுத்துக்கிட்டு செபஸ்தி கிட்டப் போவ வேண்டியது தா. வூட்டக்கூட ரொசாரியவோட மவென் கேட்டிருக்கான். இப்பம், அவனுவோ அப்பங்காரஞ் செத்தப் பொறவு அவனுவோளுக்கு நல்ல வாழு வந்திருக்கி. ஒரு வாரத்துக்குள்ளற ஆயிரத்தி நூறின்னிட்டுப் பேசி இருக்கபடி தந்திருவான். திருச்செந்தூரு சப் ரெஸ்தராபீஸ்ல போயி கெரயம் முடிச்சிட்டுப் போயிர வேண்டியது தா. அவ உனக்க அம்ம, போனதுமே நாம இங்கிருந்து போயிருக்கணும். இன்னம இந்த ஊருல நமக்கு என்ன இருக்கு? எப்புட்டுப் பழமயான வூடு இது. வல்லமும் வூடுந்தான். இந்தக் குடும்பத்துல தலமொற தலமொறக்கியும் மிஞ்சின சொத்துவ. கடேசில குரூசு கையில் பட்டு முடியணுமிட்டு இருக்கு. ஆரு என்ன செஞ்சிர முடியும்?...” அவனுடைய குரல் வரவர உடைந்துபோய் மனஸின் துயரங்கள் பெருகிப் போனது.

“நீ என்ன பேசாம இருக்கா?”

“அப்பச்சிக்கிப் புடிச்சதுதா என்னைக்கியும் எனக்கு” என்று சொன்னாள் பிலோமி.

“எது எப்பிடிப் போனாலும் குரூசு, அவென் புள்ளயைத் தகப்பஞ் சொல்லு தட்டாததுகளாத்தான் வளத்து வச்சிருக்கான்.

சரி, வூட்ல என்ன செஞ்சா இன்னைக்கி? இருக்கத எடுத்துப் போடு...” என்றான். பிலோமி சங்கீத புஸ்தகத்தைப் பெருமூச்சுடன் மூடி வைத்துவிட்டு வீட்டினுள்ளே போனாள்.

குரூசு எந்தக் காலத்திலும் வீட்டுக்குள் உட்கார்ந்து சாப்பிட்டது கிடையாது. அவன் வீட்டுக்குள்ளே நுழைவதே அபூர்வம். மரியம்மை செத்தபோது வீட்டுக்குள்ளே வந்தவன்தான். அதற்கப்புறம் வந்ததே இல்லை. அவனுடைய மிகச் சொற்பமான துணிமணிகள்கூடத் திண்ணைக் கம்பியில் ஒரு ஓரத்தில் தொங்கும். அங்கேயே சாப்பிட்டு, அந்தக் கயிற்றுக் கட்டிலிலேயே புரண்டு கிடந்துவிட்டுக் கடலுக்குப் போவான்; மரியம்மையின் சாவுக்கு முன்னால் தாசையா செத்துப் போனபோது வீட்டுக்குள்ளே போயிருக்கிறான். அதற்கு முன்னால் பிலோமி பிறந்திருந்தபோது, நடுவூட்டுக்குள் கிடந்த மரியம்மையையும் பிலோமியையும் பார்க்கப் போனதுண்டு. அவன் வீட்டுக்குள் போன நாட்களை எண்ணிவிடலாம். அப்படியொரு பழக்கம் அந்தப் பறையனுக்குள்ளிருந்தது. அன்றைக்கு அவன் அவள் பின்னே குசினியில் போய் குந்தியிருந்து கஞ்சி குடித்தான். பிலோமி அவனையே ஆச்சரியத்துடன் பார்த்திருந்தாள். அவனுக்குள்ளேயும் இப்படியொரு மெலிதான ஹிருதயமிருந்தது அவளை ஆச்சரியப்பட வைத்திருந்தது.

○○○

செபஸ்திக்கு லெட்டர் போட வேண்டாமென்று குரூசு சொன்னதால் பிலோமி எழுதவில்லை. குரூசு கடலுக்குப் போவதையே விட்டுவிட்டான். இனிமேல் அவனுக்கும் அந்தக் ‘கடலுக்கும் என்ன இருக்கிறது?, ஆனால் அவனால் கடலைப் பாராமல் இருக்க முடியவில்லை. சிலுவைக்கே வல்லத்தை விலை பேசிவிட்டதால், சிலுவை இன்னும் பணத்தைக் கொடுக்காவிட்டாலும் அவனை வல்லத்தைக் கடலுக்குக் கொண்டு போவதற்கு மனப்பூர்வமாய் அனுமதித்திருந்தான். சாயங்காலந் தோறும் குரூசு சிலுவைக்கு உதவியாக வல்லத்தைத் தள்ளிவிட்டான். கடலுக்குள்ளே அது கடல் குதிரையைப் போல குதித்துக்குதித்து அலைகளில் மிதந்து போகிறதைப் பார்த்துக் கொண்டிருந்தது விட்டுத்தான் திரும்புவான். சிலுவையோடு கூட அவனுடைய பொஞ்சாதி இன்னாசியுடைய தம்பியை வலை போடுகிறதுக்கும், துடுப்பு வலிக்கிறதுக்கும் துணையாகக் கூட்டி வைத்திருந்தான்.

சிலுவை பழைய எஜமான விசுவாசத்தில், அவன் பணம் கொடுக்கிற வரையிலும் அதற்குப் பின்னாலும்கூட தினமும் குத்தகை மீன்கள் போக உள்ளதில் கொஞ்சத்தை எடுத்து குரூசு

வீட்டில் போட்டுவிட்டுப் போனான். சிலுவையினால் பணத்தைச் சொன்னபடி கொடுக்க முடியாமல் ஒரு வாரத்துக்குப் பிறகே கொடுத்தான்.

குரூசு வல்லத்தைக் கிரையம் பேசினது தரகனாருக்குத் தான் ஆற்றாமையாக இருந்தது. அப்போது அவர் ஊரில் இல்லை. இருந்திருந்தால் இப்படி நடக்கவிட்டிருக்க மாட்டார். “இந்தப் பெயலுக்கு வந்திருக்க புத்தியப் பாருமே...” என்று வாய் ஓயாமல் சொல்லிக்கொண்டு இருந்தார். பிலோமியிடம் சண்டைக்கே வந்துவிட்டார். “ஒன்னால அவனை ஒண்ணும் செய்யிதுக்கு முடியலன்டா எங்கிட்ட வந்து சொல்லுறதுக்கு என்ன வந்திச்சி? ஒடனே அவன் செவுட்டுல ரெண்டு வுட்டு இத நிறுத்தியிருப்பேனே மோள...” என்றார்.

எது எப்படியானால் என்ன? அந்த வீடும், வல்லமும் கிரையத்துக்கு முடிந்துதான் விட்டது. திருச்செந்தூர் ரிஜிஸ்திரார் ஆபீஸில் ரொசாரியாவுடைய மகன் பேருக்குப் பத்திரம் எழுதி, அதிலே அவன் ரொம்ப நாளாக மறந்து போயிருந்த கையெழுத்தைப் போடும்போது மட்டும் குரூசுவுக்குக் கை விரல்கள் நடுக்கமெடுத்தன. அவ்வளவுதான். திருச்செந்தூரு மிட்டாய்க் கடையில் பிலோமிக்குப் பிடித்தமான உருட்டுச்சேவும், பிளவுசுத் துண்டில் கொஞ்சம் கூடுதலான விலையுள்ளதில் ஒன்றும், நல்லதான ஒரு சேலையும் எடுத்துக்கொண்டான். தனக்காக ஒரு ஒத்தை மூட்டுச் சாரம்கூட அவன் எடுத்துக்கொள்ளவில்லை. ‘இன்னமே நமக்கு எதுக்கு ஒடைகளும் சிங்காரங்களும்?’ என்று சொல்லிக்கொண்டான். சேலை வாங்கும்போது அவனுக்கு அவனுடைய மரியம்மையின் ஞாபகம் வந்தது. இவ்வளவு வயசிலும் அவனுடைய கண்களில் கண்ணீர் இருந்தது பெரிய விஷயம்தான்.

அவ்வளவு பெரிய தொகையோடு அவன் மணப்பாட்டு ஊரில் வந்து இறங்கினாலும் அவனுக்கு மனஸில் அமைதியிருக்கவில்லை. படபடவென்று மேலெல்லாம் – கொலையே செய்துவிட்டது மாதிரி – நடுங்கிக்கொண்டிருந்தது. குற்ற உணர்ச்சியில் தவிக்கிறவனைப்போல இருந்தான். பஸ்ஸை விட்டு இறங்கினதும் முதலில் அவன் பார்த்தது பவுலுப்பாட்டாவைத்தான். அவர் மேற்காமல் போய்க்கொண்டிருந்தார். நெற்றியில் கையைவைத்து வெயிலை மறைத்துக்கொண்டு, பஸ்ஸிலிருந்து இறங்குகிறது யாரென்று பார்த்தார்.

“ஆரு? குரூசா, எங்கடே போயிட்டு வாரா?” என்று கேட்டுக் கொண்டே அவனைப் பார்க்க வந்தார்.

“திருச்செந்தூருக்குத்தா போயிட்டு வாரேன் ...”

பகபகவென்று சிரித்தார் பவுலுபாட்டா.

“ஏதுலே மக்கா, நீ வெளியூரு போயி இந்த வயசுக்கெடையில் ரொம்ப அபூர்வ மாட்டுத்தா பார்த்திருக்கேன். என்னண்டு போயிட்டு வாரா?”

குரூசு ஒரு பொழுது தயங்கினவன் போல் அவரைப் பார்த்துவிட்டுச் சொன்னான், “ரெஸ்தராபீஸுக்குப் போயிட்டு வாரேன்.”

“என்ன கெரையம் முடிச்சிட்டு வாரயா? ஏது உன்னக்க மவேன் பணம் ஏதும் கையில் குடுத்து வச்சிருந்தானா?”

“இல்ல ... நாந்தா கினாப் பண்ணிட்டு வாரேன் ...”

“லே ... என்னலே சொல்லுதா? ... ஆருக்கு என்னத்தப் பண்ணினா?”

“வூட்டத்தா. அந்த ரொசாரியாவோட மவனுக்குத்தா ...”

“அன்னக்கே லேசாக் காதுல வுழுந்திச்சி. ஒனக்கு ... ஒனக்கு என்னலே கேடு வந்திச்சி? புத்தி மாறாடிப் போனியா? அந்த அடுத்த வூட்டுக்காரென் ஐசக்குப் பெயலப் போல ஆயிட்டியா? பைத்தாரப் பெயலுவளே வளமயான வூட்ட எவம்லே விப்பான்!”

அவன் மேற்கொண்டு எதுவும் பேசவேண்டாமென்று தான் இருந்தான். ஆனால் முடியவில்லை. “பாட்டாவுக்குத் தெரியாதது என்னவுண்டு? இங்கே இனியேல் கஷ்டப்பட்ட பறையன் எவெனும் ஜீவிச்சிருக்க முடியாது.”

“அதுக்காவ குடியிருக்க வூட்ட விப்பியாக்கு ...”

“வேற என்ன செய்யச் சொல்லுதீரு?”

“போங்கலே. போங்க. ஒங்கள்ல எவனுக்கும் கடல் மேலே, செய்யிற தொழிலு மேல நம்பிக்கே கெடையாது. நீங்க கடலுக்கு விசுவாசமா இருந்தா அது ஒங்கள வாழத்தானலே வக்யும் ... இது ஒங்களுக்க அழிவு காலம் ஆரம்பமாயிச்சி. அதான் ஒங்க புத்தியும் மாறாட்டங் கண்டு போச்சி ... வேற என்னத்தச் சொல்ல?”

அவர் அப்புறமாய் அங்கே நிற்கவே பிடிக்காமல் போய் விட்டார். குரூசு கொஞ்ச நேரங் கழித்துத் திரும்பி நடந்தான்.

அவன் நிலைகொள்ளாமல் தவித்தான். நிஜமாகவே பெரிய தப்புச் செய்துவிட்டோமோ என்று மனசு சங்கடப்பட்டது.

வெயில் மேற்கே இருந்து விழுந்துகொண்டிருந்தது. மடியிலிருந்த பணம் பாறாங்கல் மாதிரி தாங்க முடியாத கனமாக இருந்தது. கையில் பிலோமிக்கு வாங்கின உருட்டுச் சேவுப் பொட்டலமும், புதுச்சேலையும் வியர்வையில் நனைந்து பேப்பர் ஊறிவிட்டது.

யோசித்துக்கொண்டே வந்துகொண்டிருந்தவனுக்கு முன் கடல் அலைகள் நுங்கும் நுரையுமாக மடிந்து விழுந்துகொண்டிருந்தன. சுற்றிலும் பார்த்தான். அவனறியாமலேயே பழக்கத்தில் கடல் கரைக்கு வந்து நின்றிருந்தான். இடுப்புச் சாரத்தை இறுகக் கட்டி அரை ஞாண் கயிற்றைச் சாரத்தின் மேல் ‘பெல்ட்’ மாதிரி போட்டுக்கொண்டான். மேலே கிடந்த துண்டில் பிலோமிக்காக வாங்கின சேலையையும், மடியிலிருந்த பணத்தையும், உருட்டுச் சேவுப் பொட்டலம் எல்லாவற்றையும் கட்டி முடிந்துகொண்டான். அவனுடைய வல்லம் வழக்கமாக நிற்கிற இடத்திலேயே நிராதரவாக நிற்கிறதுபோல மணலில் புதைந்து நின்றிருந்தது. சிலுவை கைக்கு வல்லம் மாறினாலும் அவன் – குரூசு – வல்லத்தை நிறுத்துகிற இடத்திலேயேதான் தள்ளிவிட்டிருந்தான். அவன் வேறே இடத்துக்குத் தள்ளிவிட்டாலும்கூட அந்த வல்லம் போகாது. அங்கே பழைய இடத்தைத் தேடி எப்படியாவது வந்துவிடும். அதற்கு மூச்சு இல்லை; நிஜம்தான். ஆனால் அது மிகவும் பழமையானது. குரூசுவுடைய அப்பச்சி காலத்திலிருந்தே அது அங்கே அந்த இடத்தில்தான் நிற்கிறது. அதுதான் அதனுடைய வீடு. அதனால் ஒருபோதும் தன்னுடைய வீட்டைவிட்டுப் போக முடியாது. அந்த வல்லம் அப்படிப் போகப் பிரியப்படவும் செய்யாது.

மனுஷனோ அப்படியில்லை. அவனுக்கு ஒன்றின் மீதும் நம்பிக்கை இல்லை. வல்லம் ஒரு ஜீவனுள்ள சாட்சியம். அது பேசாது. அது சொல்லுகிற கதைகளைக் கேட்டால் அந்தப் பறையக்குடியே தீப்பிடித்துவிடும். எல்லா வல்லங்களுக்கும் எல்லாம் தெரிந்திருந்தது. ஆனால் தங்களுடைய எஜமானவர்களுடைய நன்மையைக் கருதிப் பேசாமலிருக்கின்றன. கடல்காற்றில் புதிய லாஞ்சிகள்கூடத் துருப்பிடித்துவிடுகிறதுண்டு. இந்த மரம் துருப்பிடிக்கிறதேயில்லை. அது கடலுக்கு விசுவாசமாயிருக்கிறது. வல்லங்களைக் கடல் அலைகள் கவர்ந்துகொண்டதில்லை. சிலுவைப் பாறைச் சுழலில் வல்லங்கள் கவிழ்ந்தால் வல்லங்கள் கரையில் ஒதுங்கிவிடுகின்றன. அந்தச் சுழலில் கடல் மோகினி வாசம் பண்ணுகிறாள். அவள் மனுஷருடைய ரத்தத்தை விரும்புகிறவள். ஆனால் இந்தப் பறையர்களுக்கு அவளைப் பற்றின பயம் மறந்துவிடுகிறதும் நிஜம்தான். கடலோடு போட்டி போட்டு மனுஷன் ஜெயித்ததில்லை. இதை உணராமல் லாஞ்சிகள்

மிகுந்த சப்தத்துடன் வல்லங்களோடும், நாட்டுப் படவுகளோடும் போட்டியிட்டுக்கொண்டு போகின்றன.

குரூசு வல்லத்தினருகே போய் தன்னுடைய பிரியமான ஒரு குழந்தையை நீண்டகாலம் பிரிந்திருந்த ஏக்கத்துடன் அதைத் தடவிக் கொடுத்தான். அது அவனுடைய மரியம்மையைப் போல கடலில் அவனுடனே அவனுடைய கஷ்டங்களையும், சந்தோஷங்களையும்கூட இருந்து அனுபவித்ததல்லவா? அவனுக்குத் துக்கம் தாள முடியவில்லை. மார்பு ஏறி இறங்கியது. அப்படியே அதனருகே பொட்டலத்தை மணலில் வீசிவிட்டு கடலைப் பார்த்தபடியே விழுந்து கிடந்தான். தூரத்தில் ஐசக்கு எதையோ பார்த்துச் சத்தம் போட்டுக்கொண்டு ஓடிப் போய்க்கொண்டிருந்தான். அவன் பின்னே நாலைந்துப் பறையக் குடிப் பையன்கள் வெறும் அம்மணமாய் ஓடிக்கொண்டிருந்தார்கள். கிழக்கே அவன் ஓடுகிறபோது அவன் காலடியில் வந்து கடல் அலைகள் ஐசக்கைப் பார்த்து நகைத்துவிட்டுச் செல்லுகின்றன. கடல் யாரையும் சும்மா விடாது.

குரூசு கரையில் மணலில்தான் இருந்தான். ஆனாலும் அவனுக்கு நடுக்கடலுக்குள் தண்ணீரினுள் கிடக்கிறது மாதிரி பயமாக இருந்தது. அவனை மூடிக்கொண்டு கடல் அலைகள் மடிந்துமடிந்து விழுகின்றன. கடல் மோகினியுடைய காலடிச் சத்தத்தைக் கேட்கிறான். கடல் அவனை விழுங்குகிறது. இன்னும் வேகவேகமாகக் கடலின் அடியை நோக்கிப் பிரயாணம் செய்கிறான். எங்கேயும் இரைச்சல். அந்த இரைச்சல் மட்டும் கேட்காமல் இருந்தால் அவன் மேலே நீந்தி வந்துவிடுவான் போலத் தோன்றியது. ஆனால் அந்த இரைச்சலை யாராலே நிறுத்தக்கூடும்? பவுலுப்பாட்டா சொல்லுகிறார், 'லே ஒங்களுக்க அழிவு காலம் ஆரம்பமாயிருச்சி...'

உடம்பின் வலுவையெல்லாம் கூட்டி கஷ்டத்துடன் எழுந்து துண்டில் முடிந்திருந்த பொட்டலத்தையும் எடுத்துக்கொண்டு வீட்டுக்குப் புறப்பட்டான். ஒவ்வொரு அடியும் முழங்கால் வரை மணலுக்குள்ளே சொருகிக்கொண்டது போல இருந்தது. 'சேசுவே! இது என்ன கடலப் பார்க்கப் போகிறேன். என் வூடு இங்கே இல்லியே...' அவனால் கரையை நோக்கித்தான் போக முடிந்தது. திரும்பவே முடியவில்லை. மறுபடியும் தொபீலென்று மணலிலே சாய்ந்தான். கரையோடு சாகசம் செய்துவிட்டு கடலுக்குள்ளேயே போய் தங்களை அழித்துக்கொண்டு மீண்டும் மீண்டும் அவனுடைய பரிசுத்தமான பிலோமியைப்போல – அந்த அலைகள் அவனுடைய காலடியிலே வந்து கெஞ்சுகின்றன. அவனைத் தங்களோடு கூப்பிடுகின்றன. துண்டில் முடிந்திருந்த

எல்லாம் தண்ணீர் பட்டு நனைந்தேவிட்டது; பிலோமிக்காக அவன் வாங்கின அழகான சேலை, அவளுக்குப் பிடித்தமான உருட்டுச் சேவு எல்லாவற்றையும் கடல் எச்சிலாக்கி விட்டது.

○○○

பெரிய மாமியாவுக்குத் தெரியாமல் அந்தக் கடல்கரையில் எதுவும் லேசாக நடந்துவிட முடியாது. அவளுக்குக் கூன் விழுந்துவிட்டது. பற்கள் விழுந்துவிட்டன. அவளுடைய இளமையையெல்லாம் பங்கு போட்டு அந்தப் பறையர்களுக்குக் கொடுத்துவிட்டாள். அவள் மேலே ஒன்றுமில்லை. எல்லா ஜீவனும் அவளுடைய இரண்டு கண்களிலும் குடியேறிவிட்டன. தீத்துண்டு மாதிரி என்ன ஜொலிப்பு! அவ்வளவு பெரிய கடல்கரையை யாரோ தூக்கிக்கொண்டு போய்விடுவார்கள்போல அடிக்கடி தன் வீட்டை விட்டு வெளியே வந்து நெற்றி மேட்டில் கையை வைத்துக் கடல் கரையைத் தீட்சண்யமாக நோட்டம் பார்ப்பாள். எல்லாம் சரியாக இருக்கிறது, எதுவும் திருடு போகவில்லை என்கிற மாதிரி தலையை ஆட்டிக்கொண்டே உள்ளே போய் துணிகளைத் தைக்கப் போவாள். அவளுடைய வேலை, துணிகளைத் தைப்பதுதான். அவளுடைய வீட்டில் எல்லாத் துணிகளுமே கிழிந்து கிடக்கிறது போலவும், அவைகளைத் தைக்கிறது போலவும் சதாவும் ஊசியும் நூலுமாகத்தான் இருப்பாள். அந்தக் கரையில் வாழுகிற ஒவ்வொரு பறையனைப் பற்றியும் மாமியாவுக்குத் தெரியும். ஆனால் யாரிடமும் எதையும் சொல்ல மாட்டாள். பண்டியல் அன்றைக்கு மட்டும் எப்பாடுபட்டாவது குடித்துவிடுவாள். அவ்வளவு தள்ளாமையிலும் குடித்துவிட்டுப் புரளுகிற தைரியம் அவளுக்கிருந்தது.

அவளுடைய வீட்டுக்குப் பின்னாலுள்ள தென்னந் தோப்பில் கடல்கரையில் பொறுக்கிய சிதறு மீன்களைக் கருவாட்டுக்காகக் காயப்போடுகையில் ‘ஓசன்னா’ பாடுவாள். குரல் நடுநடுங்கித் தாங்க முடியாத அபிலாசைகளையும் சோகத்தையும் உள்ளடக்கிக் கேட்கும். பக்கத்து வீடுகளில், ‘மாமியாளுக்குப் பவிஷு வந்திருக்கு’ என்பார்கள். அப்போது அவள் சுதந்திரமானவள். இது நாள் வரையிலும் அவளுடைய சுதந்திரத்தை யாராலும் என்னமும் செய்துவிட முடியவில்லை.

பெரிய மாமியாதான் முதலில் குரூசு கடற்கரையில் விழுந்து கிடந்ததைப் பார்த்தவள். அவளுடைய தீட்சண்யமான கண்கள் வியப்பினால் மேலே ஏறிற்று. அவசர அவசரமாக மேட்டிலிருந்து இறங்கித் தலையை ஆட்டிக்கொண்டே மணலில் நடந்தாள். முன்பு அவளால் அந்த மணலில் ஓடக்கூட முடிந்ததுண்டு.

குரூசுவினுடைய கக்கத்தில் கையைக் கொடுத்து, அவனைக் கொஞ்சங்கொஞ்சமாக இழுத்து வந்து வல்லத்தினருகே கிடத்தினாள். தூரப் போய்க் கிடந்த பொட்டலத்தை எடுத்து வந்தாள். மூக்கினருகில் கையை வைத்துப் பார்த்தவுடன் அவளுடைய பொக்கை வாய் லேசாக விரிந்து முறுவல் காட்டிற்று. பிலோமியைக் கூட்டிவர வேகமாய்ப் போனாள்.

பாவம் குரூசு, சாகவில்லை. அவன் செத்துப்போயிருந்தால் அவனுடைய துயரங்கள் யாவும் அவனோடே முடிந்துபோயிருக்கும்.

பிலோமி வாத்தியிடம் சொல்லி செபஸ்தி அண்ணனுக்கும், அக்காவுக்கும் லெட்டர் போட்டாள். தருணங்கள்தான் எல்லா உறவுகளையும் கெட்டிப்படுத்துகின்றன. அன்றைக்கு அதன் காரணமாக பிலோமி வாத்தியிடம் முன்பொரு நாள் பேசினதைப் போலவே மனம்விட்டுப் பேசினாள். எல்லாமே எப்போதோ நடந்திருந்த சிறுசிறு சம்பவங்கள்தான். ஆனாலும் இவ்வளவு நாளைக்குப் பிறகு நினைத்துப் பார்க்கையில் சொல்ல முடியாத சோபையுடன் இருந்தன.

குரூசுவுடைய மனராஜ்யத்தில் ஒரு வழி மூடப்பட்டு இன்னொரு வழி திறந்துவிட்டது. பழையன எதுவுமே ஞாபகத்தில் இல்லை. குழந்தையைப்போலச் சொன்னது சொன்னபடி செய்தான். அவனுடைய பிரியமான பிலோமி குட்டியைக்கூட அவனுக்கு ஞாபகமில்லாமல் போயிற்று. செபஸ்தி உடனே வந்துவிடவில்லை. நாலைந்து நாள் கழித்துத்தான் வந்தான். பிலோமி அவன் மடியிலிருந்த பணத்தைத் தொடவில்லை. அதை அப்படியே வாத்தியிடம் கொடுத்துவைத்திருக்கச் சொன்னாள். தரகனார் தூத்துக்குடிக்குக் கருவாட்டு வியாபார விஷயமாகப் போய் வந்ததும் கேள்விப்பட்டுப் பதறி ஓடிவந்து பார்த்தார்.

“நாந்தான் சொன்னேனே. இவங்கேட்டானில்லயே . . . பணத்துக்கு மொடையின்னா என்னால ஏண்டதப் பண்ணித் தொலச்சிருக்க மாட்டேனா? இவனால வல்லத்த வுட்டுட்டு, எப்படி மோள இரிக்க முடியுங்கா? கடசீல இப்பிடி ஆயிப் போயி நிக்கானே பாவி . . .” என்று தவித்தார்.

“மோளுக்கு என்ன வேண்டும்னாலும் எங்கிட்ட வந்து சொல்லு. இந்த முஸல்மான் ஒருத்தன் உசிரோட இருக்கவரைக்கி யும் ஒன்னயக் கண்கலங்கவுட மாட்டேன்” என்று பிலோமிக்கு ஆறுதல் சொன்னார்.

வாத்தி இப்போது அங்கே தினந்தோறும் வருகிறார். அவர்தான் அவளுக்குக் கூடமாட இருந்து உதவிகள் செய்கிறார். செபஸ்தி மட்டும் இடையிடையே வந்து பார்த்துவிட்டுப்

போகிறான். அவனுக்கு அந்தக் குடும்பத்தின் மேலே சொல்ல முடியாத பொறுப்பு வந்துவிட்டது. இதற்குள் ரொசாரியாவுடைய மகன் சமயம் பார்த்து நெருப்பு வைத்தான். செபஸ்தி ஒரே போடாக, 'இது எங்க பரம்பரைச் சொத்து. என்னயக் கேளாம எங்க அப்பச்சிய ஏமாத்தி வாங்கினது குத்தம்... ஒம்ம மேல கோர்ட்டுல கேஸ் போடுவேன்' என்றதும் பயந்து போனான். பின்னால் எல்லோருமாகச் சேர்ந்து மத்தியஸ்தம் பேசிக் கிரையத்தை ரத்து பண்ணிப் பணத்தைத் திரும்பவும் ரொசாரியாவுடைய மகனிடமே கொடுத்தார்கள். செபஸ்தி ஊருக்குப் போய் மாதா மாதம் இருபது ரூபாய் அனுப்பி வைக்கிறதாகச் சொன்னான். அதைக் கேட்டுப் பிலோமி சிரித்தாள். அமலோற்பவம் அக்காவும் ஏதோ அனுப்புகிறதாக எழுதியிருந்தாள். ஆனால் பிலோமி எல்லாவற்றையும் எதிர்த்துப் போராடச் சித்தமாயிருந்தாள்.

சிலுவைதான் ஏமாற்றிவிட்டான். அவனை குரூசு நம்பியிருந்ததையெல்லாம் மோசம் பண்ணிவிட்டான். குரூசுவால் இனி எதுவும் செய்ய முடியாது என்றதும், அவன் 'பணம் பூராவையுமே கொடுத்தாச்சி' என்று சொன்னான். இதைக் கேட்டு தரகனார் சிலுவையை ஒருநாள் அடித்துவிட்டார். அவருக்கு ஆத்திரம் தாங்கவில்லை. தெருவையே கூட்டி அவருடைய வாழ்நாளிலேயே பேசியிராதபடி அவனை மிக மோசமான வார்த்தைகளில் திட்டிவிட்டு வந்தார்.

வாத்தி அங்கே வந்துபோய் இருக்கிறது பற்றி ஊரில் பேச்சும் வந்துவிட்டது. அந்தப் பேச்சு சாமிதாஸ் காதிலும் விழுந்தது. அவனுக்கு வேறு கல்யாணம் நிச்சயமாகி இருந்தாலும் அவனாலே உள்ளூர வருத்தப்படாமலிருக்க முடியவில்லை. ரஞ்சிக்கு எல்லாந் தெரியும். அதனால் அவள் ஒன்றும் சொல்லவில்லை. தரகனார் இதுபற்றி பிலோமியிடமே கேட்டுவிட்டார்.

"என்ன மாமா, இதுல என்னத்தப் போயி பெரிசாக் கண்டுட்டுப் பேசுதாக? ஊருல சொல்லுத மாதிரி நீங்களும் பேசுதீயளே?" என்றாள் பிலோமி.

"ப்ச ... இது என்ன பெரிய வூரு ... எனக்கு ஒன் மேல பிரியம் இருக்கு. அதனால நா நீயி சொல்லுதத்தாங் கேப்பேன் ..."

ஒரு நாள் பிலோமி வாத்தியிடம் இப்படிச் சொன்னாள். "நீங்க மட்டும் இல்லயின்னா இந்த பிலோமி கடல்ல விழுந்து மரிச்சிப் போயிருப்பா ..."

வாத்தி சிரித்தார்.

"நீ என்னடான்னா இப்படிச் சொல்லுதா. ஊருல ஒரு பேச்சு அடிபடுதது பிலோமிக்குத் தெரியுமோ?"

பிலோமி சொன்னாள், "தெரியுமே!"

"நீ என்ன நெனைக்கா?"

இப்போது பிலோமி சிரித்தாள்.

"இவ்வளவு வருஷமாட்டு இந்த ஊர எதுத்து இருந்தவுகளே இப்ப ஊருக்க பேச்சிக்கு காது கொடுக்கியளே ..."

"இல்ல. நா என்னைக்கியுமே இந்த ஊருக்க பேச்ச மதிச்சதில்ல. அவ மரியம்மயும் அப்பிடித்தா. இந்தப் பறையனுவளில் யோக்கியேன் எவணுண்டு. பாத்தா ஒரு பெய தேறமாட்டானுவ. அத்த வுடு. நா, நீ என்ன நெனைக்கான்னுதா கேட்டேன்."

"நா மரியம்மைக்கப் பொண்ணு, தெரியும்லியா?"

"ஓஹோ ... ஹோ அப்பிடியா சேதி? நீ மரியம்மைக்கப் பொண்ணுங்கதே மறந்து போவு. நீதா மரியம்மையின்னு மனஸில் ஆகிப் போயிருக்கி" என்று சிரிப்பினூடே சொன்னார்.

இரண்டு பேருமே விழுந்துவிழுந்து சிரித்தார்கள். குரூசு கட்டிலில் இருந்தபடியே ஏதோ சத்தம் கேட்ட பாவனையில் வெறிக்கப் பார்த்துவிட்டு திரும்பிக்கொண்டான். பிலோமிக்குக் குரூசுவைப் பார்த்ததும் திடீரென்று அலைகளெல்லாம் அடங்கிப்போனதுபோல அவளுடைய சிரிப்பெல்லாம் அடங்கிவிட்டது.

"என்ன திடீரின்னிட்டுப் பேசாம ஆயிட்டா?"

"இல்ல ... அப்பச்சி பாத்திச்சி. அதுக்கு நீங்க ஆருன்னே யாபகம் இல்லாமத்தான் இப்பிடி அமரிக்கயாட்டு இருக்கு. முன்ன ஒரு தடவ அம்மைக்கி சொகமில்லண்டு நீங்க பாக்க வந்ததுக்கு என்னம்பா ஊரக்கூட்டிச்சி ... அத நெனச்சுச்கிட்டேன்."

"பிலோமி ஒனக்கு ஒண்ணு தெரியுமா? எனக்கு என்னக்கியும் ஒங்க அப்பச்சி மேலே கோவம் கிடையாது."

பிலோமி அதன் பின்பு ஒன்றுமே பேசாமலிருந்துவிட்டாள். எல்லாமே கனவுகள்போல இருக்கிறது அவளுக்கு. அளவற்ற கஷ்டங்கள் அவளை வந்து சேருகின்றன. ஆனாலும், அவளால் சாகாமல் இருக்க முடிகிறது. அவளுக்கு இன்னும் எல்லாவற்றின் மீதும் பற்றுதல் இருக்கிறது. சில சமயங்களில் யாருமே இல்லாதது போலவும் உணருகிறாள். அவளை அவளுக்கு ஒருபோதும் புரிவதில்லை. யாரைத்தான் முழுவதுமாகப் புரிந்துகொள்ள

முடிந்திருக்கிறது? ரஞ்சிக்கு எல்லாரையும் எல்லாவற்றையும் புரிகிறது. அவளும் இவளைப் போலவே இவளுடைய செபஸ்தியண்ணனால் ஏமாற்றப்பட்டவள்தான். ஆனால் ரஞ்சி எல்லாவற்றையும் ஜெயித்துவிட்டாள். அவளுடைய ஜெயமாகட்டும், தோல்வியாகட்டும் எதுவும் அவளைப் பாதித்தது கிடையாது. எல்லா ஞாபகங்களோடும் தான் அவளும் வாழுகிறாள். ஆனால் எல்லாவற்றையும் துறந்து, தூர விலகி நின்று பார்க்கிறவளும் அவளேதான். ரஞ்சியால் தான் இப்படியெல்லாம் இருக்க முடியும். அவளுக்குத்தான் இப்படியெல்லாம் மனசு வரும். அவளை சாமிதாஸ் ஏமாற்றிவிட்டானா? அப்படியும் பிலோமியால் ஒத்துக்கொள்ள முடியவில்லை. அவளுக்கு இன்னமும் நம்பிக்கைபோல எதுவோ ஒன்று அவளுக்குள்ளே ஜீவியம் செய்கிறது. அவளுடைய பால்யத்தில் படித்த பிருதிவிராஜ மன்னனைப்போல அவன் எப்போதாவது திடீரென்று வந்து தூக்கிக்கொண்டு போவான் போலவொரு எண்ணமிருக்கிறது. இதெல்லாம் எவ்வளவு பேதைத்தனமானது. ஆனால் பிலோமியுள் இப்படியும் சில நம்பிக்கைகள் இருந்தது நிஜந்தான். பிலோமிக்கு சாமிதாஸ் மீது கோபம் இல்லை, வாத்திக்கு குரூசு மீது கோபம் இல்லாததைப்போல.

இந்த வாத்தியா? அவளுடைய அம்மையின் சிநேகிதிதரா? இவரிடம் என்ன இருக்கிறது? அந்த ஊரில் பேசுகிற பேச்சை யெல்லாம் மீறிக்கொண்டு அவரைத் தேடிப்போக அவரிடம் எதைக் கண்டு கொண்டுவிட்டாள் பிலோமி? தெரியவில்லை. அவளுக்குச் சொல்லத் தெரியவில்லை. சாமிதாஸிடம் என்ன இருந்தது, இவ்வளவு நடந்த பிறகும் அவனோடு பிரியமாயிருக்க? ரஞ்சியிடமும் தரகனாரிடமும் தான் என்னவுண்டு?

நீண்ட நாட்களுக்குப் பிறகு அன்றைக்கு ராத்திரி படுக்கையில் படுத்துக் கிடந்தபடியே ஜன்னலுக்கு வெளியே மறைந்து மறைந்து தெரிந்த லைட்ஹவுஸ் வெளிச்சத்தை எண்ணிக்கொண்டே தூங்கிப் போனாள்.

12

எல்லா மனுஷர்களாலும், விழித்திருக்கிற போதில் எவ்வளவு பெரிய சம்பவம் நிகழ்ந்தாலும் ஒன்றுமே நடந்திராததுபோலத் தூங்க முடிகிறது; வேடிக்கையாகத்தான் இருக்கிறது. ஆனாலும் கடலுக்கு உறங்க முடிவதில்லை. அது உறக்கத்தை விரும்புகிறதா என்றும் தெரிந்துகொள்ள முடிய வில்லை. ஒருவேளை கடல் மோகினிக்குத் தெரிந்திருக்கலாம்; அதில் நீந்துகிற மீன்களுக்குத் தெரிந்திருக்கக் கூடும். பறையக்குடியில் பிறந்துவிட்ட ஆண்மகன் இரவில் தூங்கின நாட்கள் ரொம்ப அபூர்வமாகத்தான் இருக்கும். எங்கும் தூக்கம் நிறைந்திருக்கையில் அவன் அலைகளோடும் காற்றோடும் போராடப் புறப்பட்டு விடுகிறான். அவனுடைய நாள் அதிகாலை இருட்டிலேயே ஆரம்பமாகிவிடுகிறது. அவர்கள் கடலின் புத்திரர்கள். கடல் அம்மை பெரியவள். கருணை மிகுந்தவள். கோயிலில் சொரூபமாய் நின்று சிரிக்கிற கன்னிமேரியைப் போலே அவர்களுக்கு அருமையானவள்.

பவுலுப் பாட்டா போன்ற பெரிய மனுஷர்கள் அவர்களுடைய அனாதி தேவனைப்போல அவர்களுக்கு நீதி சொல்லுகிறார்கள். பாட்டாவைப் போல அவர்களுக்குள்ளே அபூர்வமாய் தப்பிப் பிறந்துவிட்டவர்கள் ரஞ்சியுடைய மாப்பிள்ளை

ஊரில், சாமிதாஸுக்குப் பொண்ணு எடுத்திருக்கிற இடிந்தகரை ஊரில், இன்னும் மற்றெல்லாக் கடல்புரங்களிலும் இருப்பார்கள். அவர்களுடைய பரிசுத்தமான ஹிருதயமே அந்தக் குடிகளைக் காத்து வருகிறது.

ஒரு நாள் பவுலுப்பாட்டா குரூசு வீட்டுக்கு வந்து மனசே கரையும்படியாய் முழங்காலில் நின்று பெரிய ஜெபம் செய்து விட்டுப் போனார். அந்த பெரியவருடைய ஆறுதல் அவளுக்குச் சொல்ல முடியாத பெலத்தைக் கொடுத்தது.

மாதா மாதம் செபஸ்தியும் அமலோற்பவம் அக்காளும் சொன்னபடி பணம் அனுப்பிக்கொண்டிருந்தார்கள். செபஸ்தி பணம் அனுப்புகிறதில் அவனுடைய பெஞ்சாதிக்கு கொஞ் சங்கூடச் சம்மதமே கிடையாது. ஆனாலும் இந்த விஷயத்தில் மட்டும் செபஸ்தி அவளிடம் ரொம்பக் கண்டிப்பாக இருந்தான். இது அவளுக்கே ஆச்சரியமாக இருந்தது. அமலோற்பவம் ஒவ்வொரு தடவை பணம் அனுப்பும்போதும் பிலோமி சந்தோஷ மாக இருக்க வேண்டும் என்று நீண்ட கடிதம் எழுதினாள். ‘பிலோமி, மனுஷராலே நடக்கக் கூடியது. ஒன்றுமில்லை. “தேவனை நினை, தினமும் ஜெபம் பண்ணு. தேவனாலே கூடாத காரியம் ஒன்றுமில்லை’ என்று மறக்காமல் ஒவ்வொரு கடிதத்திலும் எழுதுவாள். பிலோமி இப்போது தினமும் சாயந்தரப் பூஜைக்குக் கோயிலுக்குப் போகிறாள். செபஸ்தி அவளையும் அப்பச்சியையும் கூட வந்து இருக்கும்படி கேட்டிருந்தான். பிலோமி மறுத்துவிட்டாள். சில சமயங்களில் அவளோடு கூட வாத்தியும் கோயிலுக்குப் போனதுதான் பெரிய ஆச்சரியம். வாத்தி பண்டியல் அன்றைக்குக்கூட கோயிலுக்குப் போயிராதவர். இப்போது பிலோமியுடன் போக ஆரம்பித்தார். பிலோமி ஜெபத்தில் தனக்காக ஒன்றுமே கேட்டுக்கொள்ளவில்லை. குரூசு சுகமடைய வேண்டும் என்கிறதுதான் அவளுடைய ஒரே பிரார்த்தனையாயிருந்தது. இதை மட்டிலும்தான் அவள் கேட்டாள். பிலோமி வாத்தியையே மாற்றிவிட்டாள். வாழ்க்கை ரொம்பவும் விசித்திரமானது. முன்பின் அறியாதவர்களையெல்லாம் இணைத்துப் போடுகிறது.

சிலுவையுடைய வல்லம், குரூசுவை அவன் ஏமாற்றினதுக்காகக் கடலுக்குப் போகமாட்டேனென்று அடம்பிடிக்கவில்லை. வல்லத்துக்கு இதெல்லாம் தெரியுமா? தெரிந்திருக்கலாம்.

சாமிதாஸ் பிலோமியை ஏமாற்றிவிட்டான்; இப்படித்தான் அவன் உள்ளூர வருத்தப்பட்டுக்கொண்டிருந்தான். அவன் மட்டும் வீட்டு வாசலில் நின்று “பிலோமி” என்று கூப்பிட்டால் போதும்.

பிலோமி அவன் பின்னே போய்விடுவாள். சாமிதாஸுக்கு இப்படியெல்லாம் கூப்பிடத் தோன்றவில்லை. அவனுடைய அப்பச்சிக்கு அவன் பயந்தான். அவருடைய உருண்டையான கோலிக்குண்டுக் கண்களை அவன் பார்க்க முடியாமல் இருந்தால் அவன் பிலோமி வீட்டு வாசலில் நின்று அவளைக் கூப்பிட்டிருப்பான். பிலோமியைப் புணர்ந்த அந்த சாயங்கால வேளையை அவனுக்கு மறந்துப் போகத் தெரியவில்லை. அதற்கு முன்பு பல தடவை அவளைத் தொட்டதுண்டு. கட்டிப்பிடித்து அவளுக்குத் திணறத்திணற அவளை அணைத்ததுண்டு. அவளுடைய கருத்த உதடுகளோடு தன்னுடைய உதடுகளைப் பொருத்தி அவளுடைய ஜீவரசத்தை உறிஞ்சினதுமுண்டு. இதெல்லாம் தவறானதென்று அவன் நினைக்கவில்லை. அப்போது அது அவனுக்குத் தேவையாயிருந்தது. அவளும்கூட அதை மறுக்கவில்லை. அதனாலேயே அவளை அவன் ஆண்டான். இதெல்லாம் ஒரு சந்தோஷமான விஷயம்தான்.

எப்படியிருந்தாலும் பணம் அன்பை விலைக்கு வாங்கி விடுகிறது. பிலோமியும் லாஞ்சி வைத்திருக்கிற ஒருத்தன் வீட்டுப் பெண்ணாக இருந்தால் சாமிதாஸ் விரும்பினபடியே பிலோமியை அடைந்திருப்பான்.

○○○

இடையே ஒரு நாள் முன்னிரவில் ரஞ்சியுடைய புருஷன் ஓடி வந்து பிலோமியைக் கூட்டிக்கொண்டு போனான்.

அவன் வந்தபோது பிலோமியும் வாத்தியும் பேசிக் கொண்டிருந்தார்கள். குரூசு கட்டிலில் படுத்தபடியே மிரள மிரள எல்லோரையும் பார்த்தான். எவ்வளவு வலிமையுடைய கண்கள் இப்போது ஒரு குழந்தையினுடையதைப்போல பேதமை நிறைந்ததாகிவிட்டன!

“அப்பச்சி, ரஞ்சிக்கி, இடுப்பு குறுக்கு வலிக்கிதாம். நா, அவ வூட்டுக்குப்போயிட்டு வாரேன். நீங்க வூட்டப் பாத்துக்கிடுங்க.”

அவன் தலையைப் பெரிதாக அசைத்தான்.

“எங்க? எங்க? . . . ரஞ்சி . . . ரஞ்சி உனக்க ரஞ்சி வூடு . . . ரஞ்சி வூடு . . ?” என்று திரும்ப திரும்ப மனஸில் அழிந்து போயிருந்தவைகளையெல்லாம் ஞாபகப்படுத்துகிறதுபோல சொல்லிக்கொண்டே இருந்தான்.

ரஞ்சிக்குப் பிலோமி வந்து ஆகப்போகிற காரியம் ஒன்றுமில்லை. என்றாலும் ரஞ்சி தாங்க முடியாத வேதனையினூடே பிலோமியைத்தான் கூட்டிவரச் சொன்னாள். பிலோமி மட்டும்

பக்கத்திலிருந்தால் இன்னும் கொடுமையான வேதனையைக்கூட அவளால் தாங்கிக்கொள்ள முடியும்போலவொரு தெம்பு வந்தது. வாத்தியும் கூட வந்தார். பிலோமி புடவைத் தலைப்பை இழுத்துக் கழுத்தைச் சுற்றிப்போர்த்திக்கொண்டு வேகமாக முன்னே போனாள். பின்னால் வாத்தியும் ரஞ்சியுடைய புருஷனும் வெகுநாட்கள் பழகிப்பிரிந்திருந்த சிநேகிதர்களைப்போல பேசிக் கொண்டே போனார்கள்.

ரஞ்சியுடைய வீட்டு முன்னால் இரண்டு கட்டில்கள் போட்டிருந்தது. முன் திண்ணையில் மூங்கில் உத்திரக் கட்டையில் ஹரிக்கேன் லைட்டைத் தொங்கவிட்டிருந்தார்கள். ஒரு கட்டிலில் ரஞ்சியுடைய தாத்தா படுத்திருந்தார். வீட்டினுள்ளே நிறையப் பெண்கள் கூடி நின்றிருந்தார்கள். ரஞ்சி படுத்திருந்த அறைக்கு வெளியே தண்ணீர் விழுகிற மடைக்குக் கீழே தரையில் ரஞ்சியுடைய கொழுந்தன் மண்வெட்டியால் குழி தோண்டி யிருந்தான். ரஞ்சியுடைய அம்மைதான் பிலோமி வந்ததைப் பார்த்தவள்.

"தள்ளி நில்லுங்க. அவ சிநேகிதக்காரி வந்திட்டா . . . வா மோள . . . ஒன்னயத்தாஞ் சொல்லிக் கேட்டுக்கிட்டிருக்கா" என்று சொன்னாள் ரஞ்சியுடைய அம்மை.

இதைக்கேட்டதும் பிலோமிக்குக் கண் கலங்கிவிட்டது. மெதுவாக ரஞ்சியின் பக்கத்தில் உட்கார்ந்து அவளுடைய கைகளைப் பிடித்துக்கொண்டாள்.

"ரஞ்சி... இந்த நேரத்துலயும் நீ என்னயத்தானா தேடியிருக்கா? உனக்க குடும்பத்துக்காரவுகள வுடவா நா வந்து பாத்திறப் போறேன் . . . அது சரி, ரொம்ப கஸ்டமாட்டு இருக்கோ? அழுகாதா . . . நாந்தான் பக்கத்துல இருக்கேனே . . ." என்றாள் பிலோமி.

ஊர் நாசுவத்தி அங்கே நின்றிருந்த பெண்களுக்கு என்னவெல்லாமோ கட்டளைகள் சொல்லிக்கொண்டிருந்தாள். எப்போதுமா அவளால் அந்த ஊர்க்காரர்களை அதிகாரம் செய்யமுடியும்? இதுபோன்ற தருணங்களில் அவளுடைய அதிகாரம் வீடுகளில் கொடிகட்டிப் பறக்கும். இதுலே அவளுக்கு ஒருவிதத் திருப்தியுங்கூட. யாரோ ஒருத்தி வலி தெரியாமலிருக்க சாராயம் கொண்டுவரச் சொன்னாள்.

வெளியே கட்டிலில் இருந்தபடியே ரஞ்சியுடைய புருஷன், வாத்தி, ரஞ்சியுடைய அப்பச்சி, அவள் தாத்தா, அடுத்த வூட்டு யோசுவா எல்லோரும் பேசிக்கொண்டிருந்தார்கள். ரஞ்சியுடைய கொழுந்தனுக்கு, இத்தனை பெண்களும் அண்ணன் பொஞ்

சாதியைப் பார்க்க முடியாமல் கூடியிருக்கிறார்களே என்று பெரிய ஆலோசனையாக இருந்தது. ரஞ்சி இந்த நேரத்தில் எப்படியிருப்பாள் என்று பார்க்க அவனுக்கு ஆசை. குழி வெட்டுகிற சாக்கில் ஜன்னல் வழியே எட்டிப் பார்த்தான். ரஞ்சியுடைய முகத்தைப் பார்த்துவிட்டான். அவளுடைய முகத்தில் அந்த வேதனையினூடேயும் கொழுந்தனைப் பார்த்துச் சிரிக்கத் தெரிந்திருந்தது. உள்ளயிருந்தவர்களில் ஒருத்தி இவனுடைய தலையைப் பார்த்தும், "ச்சீ, என்ன வெக்கங் கெட்ட பய, அண்ணன் பொஞ்சாதி மேலே அப்பிடி என்ன உசிர வச்சிருக்கான்? ... வுத்துப் பாக்காம், பாரேன். வே, கொழுந்தப்புள்ள, அந்தக் குழியில வுழுத மயினிக்க தண்ணிய ஏந்திக் குடியும்" என்று சொல்லிக்கொண்டே ஜன்னல் கதவைச் சாத்திவிட்டாள். அதைத் தொடர்ந்து ஒரே சிரிப்பாணியாய்க் கிடந்தது. கதவைச் சாத்தும் முன்னே இடுக்கலினூடே, பிலோமியும் சேலை முந்தானையால் வாயை அடக்கிக்கொண்டு சிரிப்பதை அவன் பார்த்தான். அவனுக்கானால் ஒரே வெட்கமாகிவிட்டது. அப்படியே வந்து வாத்தியின் பக்கத்தில் உட்கார்ந்துவிட்டான். ரஞ்சி அவனிடம் வைத்திருந்த பிரியம்தான் அவனை இத்தனை வயசாகியும்கூட பேதமைத் தனமாய் ஜன்னலை எட்டிப் பார்க்கச் சொன்னது. இது யாருக்குப் புரியும்?

ரஞ்சி அவர்களுடைய வீட்டுக்குப் போன பிறகு கடலுக்குப் போகாமல், 'உடம்புக்குச் சுகமில்லை' என்று சொல்லித் திருட்டுத்தனமாய் வீட்டில் இருந்துவிடுகிறான். சில சமயங்களில் இவனுடைய அண்ணன்காரன் வென்னீர் போட்டுக் குளிக்கிறதுண்டு. வெந்நீர்த் தவலையை மதினியோடு சேர்ந்து தூக்குகிறதில் சந்தோஷப்பட்டான். நாள் பூராவும் மதினியோடே பேசிக்கொண்டிருக்க வேண்டுமென்று ஆசைப் பட்டான். அவனுடைய இதுபோன்ற ஆசைகளுக்கு ரஞ்சி ஒருபோதும் தடை சொன்னதே கிடையாது. அவளுடைய புருஷனுக்கும் எல்லாவற்றிலுமே ரஞ்சியுடைய விருப்பம்தான் அவனுடையதாகவுமிருந்தது. ரஞ்சி புறவாசலில் குளிக்கிறபோது, மதினிக்காகக் கிணற்றில் தண்ணீர் இறைத்துக்கொடுத்தான். அவளுடைய மாமி, "அலேய், கெட்ட சாதிப் பெயலே. பொட்டப்புள்ள குளிக்ய எடத்துல ஆம்பளப் பயலுக்கு என்னலே வேல?" என்று சத்தம் போடுவாள்.

"இல்ல அத்த, நாந்தா தண்ணி எறச்சு தரச் சொன்னேன்..." என்று அவளே பதில் சொல்லுவாள். ரஞ்சிக்கு யாருடைய மனசுதான் புரியாது, இந்தக் கொழுந்தனுடைய பிரியம் புரியாமல் போகிறதுக்கு? இது போன்ற எத்தனையோ சின்னச் சின்ன சம்பவங்கள் இருவருக்கும் பரிச்சயமுண்டு. அந்தக்

கொழுந்தன் மதினியிடம் எல்லாரையும் பார்த்தான். ரஞ்சி அதையெல்லாம் அவன் சந்தோஷத்துக்காகச் சிரித்துக்கொண்டே ஆமோதித்தாள்.

வாத்தி வெகு உற்சாகமாகப் பேசிக்கொண்டிருக்கையில் உள்ளேயிருந்து ஒரு பெண் கதவை லேசாகத் திறந்துகொண்டு தலையை மட்டும் நீட்டி, "பொட்டப்புள்ள பொறந்திருக்கு . . ." என்று சொல்லிவிட்டுக் கதவைச் சாத்திக்கொண்டாள். தொடர்ந்து குரவைக் குரல்களும், அதனூடே குழந்தை அழுகிறதும் கேட்டது. ரஞ்சியுடைய கொழுந்தன் உற்சாக மிகுதியில் "ஹைய்யா, மதினிக்கிப் புள்ள பொறந்திட்டே . . ." என்று கட்டிலில் துள்ளிக் குதித்தான். கொஞ்ச நேரத்தில் அவன் வெட்டின குழியில் மடை வழியாகத் தண்ணீர் வந்து விழுந்தது. அதைப் பார்த்து அவன் சிரித்தான்.

பிலோமி வியர்வை வழியும் முகத்துடன் ஒரு தட்டில் சீனியும் பழமும், வெற்றிலைப் பாக்கும் வைத்துக்கொண்டு வந்து வெளியே இருந்த எல்லோருக்கும் கொடுத்தாள்.

"ஆ... ஆ... பிலோமிக்க சிநேகிதக்காரிக்கி புள்ள பொறந்தாச்சி..." என்று கண்களைச் சிமிட்டிக்கொண்டே சொன்னார் வாத்தி. பிலோமியும் பதிலுக்குச் சிரித்து தலையை அசைத்துக்கொண்டே அவரிடம் தட்டை நீட்டினாள்.

"எனக்கு ரெண்டு பங்கு உண்டும் . . . தெரியுமோல்லியோ. ஒண்ணு, உங்களுக்கு வேண்டப்பட்டவன் பங்கு... இன்னொண்ணு, பொறந்திருக்கப் புள்ளக்கிப் படிப்பிச்சித் தரப் போற வாத்தியோட பங்கு... ஆக ரெண்டு பங்கு உண்டும்!" என்று வாத்தி சொன்னார்.

எல்லாரும் மனம் விட்டுச் சிரித்தார்கள். கதவு வழியாக எட்டிப் பார்த்த பெண்கள்கூட இதைக் கேட்டுச் சிரித்தார்கள். பிலோமியும் "ஆமா . . . ஆமா, ரெண்டு பங்கு உண்டும்" என்று சிரிப்பாணியுடன் சொன்னாள். அந்தச் சிரிப்பில் அவள் ரொம்ப நாளாக இழந்துபோயிருந்த பழைய ஜீவன் இருந்தது யாருக்கும் தெரியாது.

○○○

வாத்தியுடைய நிலம் கொஞ்சம் அந்த ஊருக்குள் இருந்தது. பள்ளிக்கூடம் போன நேரம் போக மீதி நேரங்களில் அந்த நிலத்தில் பாடுபட்டார். பம்பு செட் வைத்து நிலமெங்கும் தண்ணீர் பாய ஆரம்பித்துவிட்டது. எல்லாம் பிலோமியுடைய தூண்டுதல் காரணம். இவ்வளவு நாளும் அந்த இடம் தரிசாகக் கிடந்தது. அதைப் பற்றியே அவர் மறந்து போயிருந்தார்.

அந்தத் தேரிக்காட்டு மணலில் பயிர் பச்சை பிடிக்காது என்று பேசினார்கள். வெளியூரிலிருந்து கரம்பை மண் கொண்டுவந்து அடித்தார். கிணறு வெட்டினார். இப்போது சின்னச்சின்னப் பயிர்கள் இளம் பச்சை வண்ணத்தில் தரையெங்கும் படர்ந்து கிடந்து காற்றில் அசைந்தாடுகிறதைப் பார்க்க ரொம்ப அழகாக இருக்கிறது.

வாத்தியோடு கூட குருசுவையும் கூட்டிக்கொண்டு தினமும் பிலோமி அந்தத் தோட்டத்துக்குப் போய் வருகிறாள். அவளிடம் ஒரு நம்பிக்கை இருந்தது, வாத்தியையே ஒரு மனுஷனாக்கி இருக்கிறாள்; அவளுடைய அப்பச்சியை அப்படிச் செய்ய முடியாமலா ஆகிவிடும்? வாத்தியுடைய வீடு இப்போது முன்பைவிட அழகாகவும் ஒழுங்காகவும் இருக்கிறது – பெண் பிள்ளை இருக்கிற வீடுகளைப்போல – பிலோமி இதையெல்லாம் செய்தாள். அவளுக்கு ஏதாவது ஒன்றில் ஈடுபட்டு மனசு மறந்துபோக வேண்டாமா? மத்தியானம் வாத்தியும் பிலோமியும் ஒன்றாகச் சாப்பிடுகிறார்கள். ஊர் எல்லாக் கதைகளையும் பரபரப்பாக ஒரு சமயம் பேசுகிறது. பின்னொரு காலத்தில் எல்லாவற்றையும் மறந்துவிடுகிறது.

கடல் வஞ்சித்து விடவில்லை. மனுஷர்களைப்போல, வல்லத்துக்காரர்களுக்கும் மீன்கள் கிடைக்கத்தான் செய்கின்றன; ஆனால் முன்னைப்போல இல்லை. குறைந்துவிட்டது. லாஞ்சிகள் நிறைமாத கர்ப்பிணிப் பெண்ணைப்போல மடி நிறைந்துபோய் கரைக்குத் திரும்புகின்றன. வடக்குத் தெருவில் சில குடும்பங்கள் கடனில் அழிந்து ஊரை விட்டுப் போய்விட்டன. அந்த இயந்திரம் அவர்களை வாழ்விக்கக் கடலைச் சுற்றி வருகிறதா, இல்லை நசிக்கச் செய்ய உருமிக்கொண்டு அலைகிறதா என்று யாராலும் புரிந்துகொள்ள முடியவில்லை. எல்லாவற்றையும் அந்தப் பெரிய மனுஷர் பவுலுப்பாட்டா சொல்ல முடியாத கிலேசத்துடன் சகித்துக்கொள்ளப் பழகிவிட்டார்.

பூமியைத்தான் கடல் விரும்புகிறது. அது பெரிய மாமியா வீடுவரை வந்து மோகந் தீர்த்துக்கொள்ள பிரயத்தனம் செய்கிறது. பல நூறு ஆண்டுகள், பருவங்களாக அது தணியாத மோகம் கொண்டிருக்கிறது. கடல் அழிம்பு செய்தால அதை மனுஷர் களால் பொறுக்க முடியாது என்பதை அந்தப் பறையர்கள் மறந்துபோவதுதான் பவுலுப்பாட்டாவின் பெரிய துயரம்.

அன்றைக்கொரு நாள் கருக்கலில் சாமிதாஸ் வந்தான். அவனுக்கு அந்திக்கருக்கல்தான் பிடித்திருக்கிறது. அதனால்தான் அவளைப் பார்க்க வருகிறபோதெல்லாம் கருக்கல் நேரத்தில் வருகிறான்.

அதற்கு முன்தினம்தான், வாத்தியின் வீட்டுக்கே அப்பச்சியையும் கூட்டிக்கொண்டு அந்த வார ஞாயிற்றுக்கிழமை ஜெபத்துக்குப் போய்விட்டு, அப்படியே வாத்திவீட்டுக்கு நிரந்தரமாகப் போய்விடுகிறதாக முடிவு செய்திருந்தாள். இதை வாத்தியிடமும் சொன்னபோது வாத்தி சொன்னார், "பிலோமிக்கு பிரியமானதுக்கு நா எப்பவும் துணையாத்தா இருப்பேன்..." என்று. அதுபோதும் அவளுக்கு. வேறு யாரையும் எதையும் பற்றி அவள் அச்சப்படவில்லை. சாமிதாஸ் இதற்கு மறுநாள்தான் வந்தான். கருக்கலில்தான் வந்தான்.

அவன் உள்ளே வந்ததும் ஒரு க்ஷண நேரத்துக்கு அவனையே பார்த்தாள். பின்பு அவனை உள்ளே கூப்பிட்டாள்.

"வாங்க..."

அவன் மெதுவாகக் குனிந்துகொண்டே வீட்டினுள் வந்தான். அந்தக் கால்களுக்கு அந்த வீட்டினுள் நுழைய அதற்குள் எப்படி இவ்வளவு தயக்கம் வந்ததென்று அவள் அறியாள்.

"சும்மா உள்ளே வாங்க... இது அசல் மனுஷர் வூடு இல்ல. உங்களுக்க பிலோமி வூடுதா இது..."

அவனுக்கு வார்த்தைகள் இல்லை. ஓடிஒளிந்து கொண்டிருக்கின்றன. பிலோமி அவனுடைய தவிப்பைப் பார்த்திருந்தாள். நார்ப் பெட்டிகள் கிடந்த மூலையைப் பார்த்தாள். அதன் மேலே அவளுடைய சேலை சுருட்டிக் கிடந்தது, அவனுடன் கிடக்கையில் அடிக்கடி நினைத்துக்கொண்ட அம்மை பற்றின பயம், வல்லத்துப் பாய்களைப் போலே குடை பிடித்துக்கொண்டு உப்பிப் பறந்த அந்த சுகம் எல்லாம் ஞாபகத்துக்கு வந்தது.

"பிலோமிக்கி நா பண்ணியிருக்க பாவத்துக்கு ஆண்டவர் என்னயத் தண்டிக்காமே வுடமாட்டார்."

மீண்டும் அவனே பேசினான். அவள் மௌனித்திருந்தாள்.

"நீ என்னய மன்னிக்கனும்... எனக்கு மாப்பு தரணும்."

"இப்படியெல்லாம் நீங்க பேசக்கூடாது."

"நாளச் செண்டு கல்யாணம். ஒன்னயப் பார்க்கணும், பேசணும்போல இருந்திச்சி, அதான் வந்தேன். நீயும் கண்டிஷனாட்டு வரணும். நா ஒன்னயத்தா ரொம்ப நெனைச்சுகிட்டிருப்பேன். சரின்னு சொல்லு..."

"ம்..."

பிலோமி சொல்லவில்லை. சிரித்தாள். அந்தச் சிரிப்பு அவளுக்கு அபூர்வமான சோபையைத் தந்தது.

"என்ன சிரிக்கா? வருவியா?"

"வாரேன்" என்று சிரிப்பினூடே சொன்னாள். அவளிடம் அவன் என்னவெல்லாமோ சொன்னான். அவள் மனசு அங்கே இல்லை. அவன் போன பிற்பாடு அவள் மட்டிலும் வீட்டினுள் தனியே விடப்பட்டாள், குரூசுவுக்கு எதுவும் புரியவில்லை.

அன்றைக்குக் கடலில் காற்றே இல்லைபோல. அலைகள் அமுங்கி, அதிகமான ஆரவாரம் இல்லாமலிருந்தது.

●●●